ਅੱਖਾਂ ਦੇ ਪਿੱਛੇ ਦੀ ਦੁਨੀਆ

KAMALJEET SINGH

BlueRose ONE.com DIY
Stories Matter
NewDelhi • London

BLUEROSE PUBLISHERS
India | U.K.

Copyright © Kamaljeet Singh 2024

All rights reserved by author. No part of this publication may be reproduced, stored in a retrieval system or transmitted in any form or by any means, electronic, mechanical, photocopying, recording or otherwise, without the prior permission of the author. Although every precaution has been taken to verify the accuracy of the information contained herein, the publisher assumes no responsibility for any errors or omissions. No liability is assumed for damages that may result from the use of information contained within.

BlueRose Publishers takes no responsibility for any damages, losses, or liabilities that may arise from the use or misuse of the information, products, or services provided in this publication.

For permissions requests or inquiries regarding this publication, please contact:

BLUEROSE PUBLISHERS
www.BlueRoseONE.com
info@bluerosepublishers.com
+91 8882 898 898
+4407342408967

ISBN: 978-93-6783-365-0

First Edition: November 2024

ਵਿਸਾ - ਸੂਚੀ

1. ਸਫਰ ਤੇ ਸਾਥ
2. ਅੰਣਜਾਣ ਖਤਰੇ ਨਾਲ ਸਾਹਮਣਾ
3. ਰਾਜ਼ਾਂ ਦੇ ਖੋਜੀ
4. ਗੁੰਮਰਾਹ ਟੀਮ
5. ਮੁਲਾਕਾਤ

1

ਸਫਰ ਤੇ ਸਾਥ

ਛੋਟੇ ਹੁੰਦੀਆਂ ਤੋਂ ਹੀ ਮੈਂ ਭੂਤਾਂ ਪ੍ਰੇਤ ਅਤੇ ਆਤਮਾਵਾਂ ਦੀਆਂ ਬਹੁਤ ਕਹਾਣੀਆਂ ਸੁਣਦਾ ਸੀ। ਮੈਂ ਬਹੁਤ ਗੌਰ ਨਾਲ ਸੁਣਦਾ ਸੀ। ਜਿਸ ਕਾਰਨ ਮੇਰੇ ਮਨ ਵਿੱਚ ਸ਼ੁਰੂ ਤੋਂ ਹੀ ਡਰ ਬੈਠੀਆ ਹੋਇਆ ਸੀ। ਜਦੋਂ ਤਕ ਉਮਰ ਵਿੱਚ ਛੋਟਾ ਸੀ ਉਦੋਂ ਤੱਕ ਤਾਂ ਮੈਂ ਇੰਨਾ ਜਿਆਦਾ ਧਿਆਨ ਨਾ ਦਿਤਾ। ਕਿਉਂਕਿ ਛੋਟੇ ਬੱਚੇ ਦਾ ਡਰਨਾ ਇਕ ਆਮ ਜਿਹੀ ਗੱਲ ਹੈ। ਪਰ ਜਿਵੇਂ ਜਿਵੇਂ ਉਮਰ ਵਿੱਚ ਵੱਡਾ ਹੁੰਦਾ ਜਾ ਰਿਹਾ ਸੀ। ਮੈਨੂੰ ਮਹਿਸੂਸ ਹੋਇਆ ਕਿ ਭਾਵੇਂ ਮੈਂ ਉਮਰ ਵਿੱਚ ਵੱਡਾ ਹੋ ਗਿਆਂ ਹੋਵਾਂ ਪਰ ਅੰਦਰੋਂ ਹੁਣ ਵੀ ਮੈਂ ਇੱਕ ਬੱਚਾ ਹਾਂ ਜਿਹੜਾ ਹਨੇਰੇ ਤੋਂ ਡਰਦਾ ਹੈ। ਮੇਰੇ ਲਈ ਇਹ ਸ਼ਰਮ ਦੀ ਗੱਲ ਸੀ ਕਿ ਮੈਂ ਹਨੇਰੇ ਤੋਂ ਡਰਦਾ ਹਾਂ ਹਾਲਾਕਿ ਮੇਰੇ ਦੋਸਤ ਇਦਾਂ ਨਹੀ ਸੀ। ਤੇ ਮੈਂ ਆਪਣੇ ਦੋਸਤਾਂ ਵਿੱਚ ਮਜ਼ਾਕ ਦਾ ਪਾਤਰ ਬਣ ਕੇ ਰਹਿ ਗਿਆ ਸੀ। 10th ਜਮਾਤ ਪਾਸ ਹੋਣ ਤੋਂ ਬਾਅਦ ਮੈਂ ਇੱਸ ਗਲ ਨੂੰ ਜਿਆਦਾ ਗੰਭੀਰਤਾ ਨਾਲ ਵਿਚਾਰਿਆ ਤੇ ਆਪਣੇ ਡਰ ਦਾ ਅਸਲ ਕਾਰਣ ਪਤਾ ਕਰਣ ਦੀ ਕੋਸ਼ੀਸ ਵਿੱਚ ਲਗ ਗਿਆ।

ਮੇਰੇ ਦੋਸਤਾਂ ਨੂੰ ਪਤਾ ਸੀ ਕਿ ਮੈਂ ਡਰਦਾ ਬਹੁਤ ਹਾਂ ਇਸ ਕਰਕੇ ਉਹ ਨਵੇਂ ਨਵੇਂ ਤਰੀਕੇ ਮੈਨੂੰ ਡਰਾਉਣ ਲਈ ਲਭਦੇ ਰਹਿੰਦੇ ਸੀ। ਕਦੇਂ ਮੈਨੂੰ ਕਲਾਸ ਰੂਮ ਵਿੱਚ ਬੰਦ ਕਰ ਜਾਂਦੇ ਸੀ। ਤੇ ਕਦੇ ਹਨੇਰੇ ਵਿੱਚ ਇਕੱਲੀਆਂ ਛੱਡ ਕੇ ਭੱਜ ਜਾਂਦੇ ਸੀ। ਇਹ ਸਭ ਹੱਸੀ ਮਜ਼ਾਕ ਚਲਦਾ ਰਹਿੰਦਾ ਸੀ। ਦੋਸਤਾਂ ਦੇ ਅਜਿਹੇ ਵਰਤਾਓ ਨੇ ਮੇਰਾ ਇਰਾਦਾ ਹੋਰ ਵੀ ਪੱਕਾ ਕਰ ਦਿਤਾ ਸੀ ਕਿ ਮੈਂ ਪਤਾ ਕਰਾਂ ਭੂਤ ਤੇ ਆਤਮਾਵਾਂ ਬਾਰੇ। ਸਾਡੇ ਕੋਲ ਕਹਿਣ ਸੁਨਣ ਨੂੰ ਸਿਰਫ਼ ਕਹਾਣੀਆਂ ਹੀ ਸੀ ਪਰ ਸੱਚ ਦਾ ਕਿਸੇ ਨੂੰ ਵੀ ਨਹੀ ਪਤਾ ਸੀ। ਜਿਵੇਂ ਜਿਵੇਂ ਮੇਰੀ ਜਾਗਰੂਕਤਾ ਵੱਧਦੀ ਜਾ ਰਹੀ ਸੀ ਹੌਲੀ ਹੌਲੀ ਮੈਂ ਇਹਨਾਂ ਗੱਲਾਂ ਵੱਲ ਜਿਆਦਾ ਆਕਰਸ਼ਿਤ ਹੋ ਰਿਹਾ ਸੀ। ਪਹਿਲਾਂ ਤਾਂ ਮੈਂ ਇਹਨਾਂ ਗੱਲਾਂ ਨੂੰ ਸੱਚ ਮੰਨਦਾ ਸੀ ਪਰ ਫਿਰ ਮੈਂ ਦੂਜਾ ਨਜ਼ਰੀਆ ਵੀ ਦੇਖਿਆ ਜਿਹੜਾ ਇਹ ਮੰਨਦਾ ਸੀ ਕਿ ਭੂਤ ਪ੍ਰੇਤ ਬਿਲਕੁਲ ਵੀ ਨਹੀਂ ਹੁੰਦੇ। ਮੈਂ ਇਹਨਾਂ ਗੱਲਾਂ ਨੂੰ ਝੂਠ ਸਮਝਣ ਲੱਗ ਪਿਆ ਮੈਂ ਉਲਝਿਆ ਰਹਿੰਦਾ ਸੀ ਮੈਨੂੰ ਸੱਚ ਦਾ ਕੋਈ ਵੀ ਅੰਦਾਜ਼ਾ ਨਹੀਂ ਸੀ। ਫਿਰ ਮੈਂ ਸੋਚਿਆ ਕਿ ਮੈਂ ਖੁਦ ਪਤਾ ਕਰਾਂ ਸੱਚ ਕੀ ਹੈ ਤੇ ਝੂਠ ਕੀ ਹੈ ? ਤੇ ਮੇਰੀ ਜਗਿਆਸਾ ਵਿੱਚ ਮੇਰੇ ਦੋਸਤ ਵੀ ਮੈਂ ਸ਼ਾਮਿਲ ਕਰ ਲਏ ਤੇ ਫਿਰ ਅਸੀਂ ਇਕੱਠਿਆਂ ਹੋ ਵੀ ਹੁੰਦਾ ਦੇਖਿਆ ਹੈ ਤੁਸੀਂ ਅੱਗੇ ਸਭ ਕੁੱਝ ਜਾਣ ਜਾਓਗੇ।

ਅਸੀ ਚਾਰੇ ਦੋਸਤ ਮੈਂ (ਕਮਲਜੀਤ), ਸਮੀਰ, ਵਿਸ਼ਾਲ ਤੇ ਨਸੀਬ ਇਕਠੀਆਂ ਆਪਣਾ ਜ਼ਿਆਦਾਤਰ ਸਮਾਂ ਬਤੀਤ ਕਰਦੇ ਸੀ। ਮੈਂ ਤੇ ਸਮੀਰ ਦੀ ਹਾਲਤ ਇਕ ਤਰਾਂ ਹੀ ਸੀ ਉਹ ਵੀ ਡਰਦਾ ਸੀ ਤੇ ਮੈਂ ਵੀ, ਮੈਂ ਤੇ ਜਿਆਦਾ ਹੀ ਡਰਦਾ ਸੀ। ਜਿੰਦਗੀ ਦਾ ਅਸਲ ਨਜ਼ਾਰਾ ਉਦੋਂ ਹੀ ਸੀ। ਸਕੂਲ ਵਿਚ ਬਹਿ ਕੇ ਅਸੀ ਭੂਤਾਂ ਤੇ ਆਤਮਾਵਾਂ ਦੀਆਂ ਗੱਲਾਂ ਕਰਦੇ ਤੇ ਇੱਕ ਦੂਜੇ ਨੂੰ ਡਰਾਉਣ ਦੀ ਕੋਸ਼ੀਸ ਕਰਦੇ ਸੀ। ਸਾਨੂੰ ਬਹੁਤ ਚੰਗਾ ਲਗਦਾ ਸੀ। ਅਸੀਂ ਇਕੱਠੀਆਂ ਆਪਣੀਆਂ - ਆਪਣੀਆਂ ਕਹਾਣੀਆਂ ਇੱਕ ਦੂਜੇ ਨਾਲ਼ ਸਾਂਝੀਆਂ ਕਰਦੇ ਸੀ।
ਕਹਾਣੀਆਂ ਇਸ ਤਰਾਂ ਸੁਣਾਈਆਂ ਜਾਦੀਆਂ ਸੀ ਕਿ ਜਿਵੇਂ ਸੱਚ ਵਿੱਚ ਇਦਾਂ ਹੋਈਆ ਹੋਵੇ ਅਸੀ ਤਾਂ ਸੱਚ ਹੀ ਮਨ ਲੈਂਦੇ ਸੀ ਇਕ ਦੂਜੇ ਦੀ ਗਲ ਨੂੰ। ਉਹ ਕਹਾਣੀਆਂ ਸੱਚੀਆਂ ਬਹੁਤ ਰੋਮਾਂਚਿਕ ਹੁੰਦੀਆਂ ਸੀ ।

ਇੱਕ ਵਾਰੀ ਸ਼ਮੀਰ ਨੇ ਸਾਨੂੰ ਇੱਕ ਸਕੂਲ ਦੀ ਕਹਾਣੀ ਸੁਣਾਈ ਉਹ ਕਹਿੰਦਾ ਹੈ " ਕਿ ਇੱਕ ਸਕੂਲ ਵਿੱਚ ਇਕ ਕੁੜੀ ਪੜਦੀ ਸੀ । ਉਹ ਕੁੜੀ ਪੜਨ ਵਿੱਚ ਬਹੁਤ ਹੁਸ਼ਿਆਰ ਸੀ ਤੇ ਸਾਰੇ ਅਧਿਆਪਕ ਉਸ ਕੁੜੀ ਨੂੰ ਪਸੰਦ ਕਰਦੇ ਸੀ। ਬਹੁਤ ਮਿਹਨਤੀ ਕੁੜੀ ਸੀ। ਉਸਦੀ ਜਮਾਤ ਵਿਚ ਜਿਆਦਾ ਕਿਸੇ ਨਾਲ ਬਣਦੀ ਨਹੀ ਸੀ। ਉਹ ਕਿਸੇ ਨਾਲ ਜ਼ਿਆਦਾ ਬੋਲਦੀ ਵੀ ਨਹੀਂ ਸੀ। ਉਸ ਦੇ ਜ਼ਿਆਦਾ ਦੋਸਤ ਨਹੀ ਸੀ। ਉਸ ਕੁੜੀ ਦੀ ਇਕ-ਦੋ ਹੀ ਸਹੇਲੀਆਂ ਸੀ। ਬਸ ਆਪਣੀਆਂ ਇਕ ਦੋ ਸਹੇਲੀਆਂ ਨਾਲ ਹੀ ਗੱਲ-ਬਾਤ ਕਰਦੀ ਸੀ। ਕੁੜੀ ਆਪਣੀ ਜਮਾਤ ਵਿਚ ਬਹੁਤ ਸੋਹਣੀ ਸੀ। ਜਮਾਤ ਦੇ ਮੁੰਡੇ ਉਸ ਨੂੰ ਪਸੰਦ ਕਰਦੇ ਸੀ । ਅਧਿਆਪਕ ਤਾਂ ਉਸ ਨੂੰ ਕਲਾਸ ਦਾ ਮੋਨੀਟਰ ਬਨਣ ਨੂੰ ਕਹਿੰਦੇ ਸੀ ਪਰ ਉਹ ਮੋਨੀਟਰ ਬਨਣ ਤੋਂ ਇੰਨਕਾਰ ਕਰ ਦਿੰਦੀ ਸੀ। ਕਿਉਂਕਿ ਉਸ ਨੂੰ ਜ਼ਿਆਦਾ ਬਾਤ-ਚੀਤ ਕਰਨਾ ਚੰਗਾ ਨਹੀ ਲਗਦਾ ਸੀ । ਉਹ ਆਪਣੀਆਂ ਇੱਕ ਦੋ ਸਹੇਲੀਆਂ ਨਾਲ ਹੀ ਹੱਸਦੀ ਖੇਡਦੀ ਸੀ। ਕਈ ਵਾਰ ਉਸਦੀ ਸਹੇਲੀਆਂ ਛੁੱਟੀ ਕਰ ਲੈਂਦੀ ਸੀ ਤਾਂ ਉਹ ਕਲਾਸ ਵਿੱਚ ਇਕੱਲਿਆਂ ਹੀ ਬੈਠੀ ਰਹਿੰਦੀ ਸੀ। ਉਸਨੂੰ ਲਿਖਣ ਦਾ ਸ਼ੌਕ ਸੀ।

ਉਸ ਕੁੜੀ ਕੋਲ਼ ਇਕ ਡਾਇਰੀ ਸੀ। ਜਿਸ 'ਚ ਉਹ ਆਪਣੀ ਜ਼ਿੰਦਗੀ ਬਾਰੇ ਲਿਖਦੀ ਸੀ। ਤੇ ਉਹ ਹਰ ਦਿਨ ਡਾਇਰੀ ਨੂੰ ਸਕੂਲ ਲੈ ਕੇ ਆਉਂਦੀ ਸੀ। ਉਸਦੀ ਡਾਇਰੀ ਨਾਲ ਉਸਦਾ ਗਹਿਰਾ ਸੰਬੰਧ ਸੀ।

ਇਕ ਵਾਰ ਹੁੰਦਾ ਕਿ ਹੈ ਕਿ ਅਚਾਨਕ ਉਸ ਦੀ ਡਾਇਰੀ ਉਸ ਦੇ ਬੈਗ ਵਿਚੋਂ ਗੁੰਮ ਹੋ ਜਾਦੀ ਹੈ । ਉਸਨੂੰ ਜਦੋਂ ਇਸ ਬਾਰੇ ਪਤਾ ਲਗਦਾ ਹੈ ਤਾਂ ਉਹ ਬਹੁਤ ਜ਼ਿਆਦਾ ਪ੍ਰੇਸ਼ਾਨ ਹੋ ਜਾਂਦੀ ਹੈ । ਕੁੜੀ ਨੇ ਅਧਿਆਪਕਾਂ ਨੂੰ ਦੱਸਦੀ ਹੈ ਕਿ ਉਸ ਦੇ ਬੈਗ ਵਿਚੋਂ ਉਸਦੀ ਡਾਇਰੀ

ਚੋਰੀ ਹੋ ਗਈ ਹੈ ਤਾਂ ਅਧਿਆਪਕ ਤੁਰੰਤ ਜਮਾਤ ਦੇ ਸਾਰੇ ਵਿਦਿਆਰਥੀਅਾਂ ਨੂੰ ਪੁੱਛਦੇ ਹਨ ਕਿ

" ਜਿਸ ਕਿਸੇ ਵਿਦਿਆਰਥੀ ਨੇ ਇਸ ਕੁੜੀ ਦੀ ਡਾਇਰੀ ਚੋਰੀ ਕਿਤੀ ਹੈ। ਉਹ ਆਪਣੇ ਆਪ ਸਾਹਮਣੇ ਆ ਜਾਵੇ। ਜੇ ਬਾਅਦ 'ਚ ਕਿਸੇ ਕੋਲੋਂ ਉਹ ਡਾਇਰੀ ਸਾਨੂੰ ਲੱਭਦੀ ਹੈ ਤਾਂ ਉਸ ਵਿਦਿਆਰਥੀ ਨੂੰ ਮਾਫ਼ ਨਹੀ ਕਿਤਾ ਜਾਵੇਗਾ ਨਾਲ ਹੀ ਉਸ ਵਿਦਿਆਰਥੀ ਨੂੰ ਬਹੁਤ ਮਾੜੀ ਸਜ਼ਾ ਦਿੱਤੀ ਜਾਵੇਗੀ |"

ਪਰ ਉਹ ਡਾਇਰੀ ਕਿਸੇ ਵੀ ਵਿਦਿਆਰਥੀ ਕੋਲ਼ ਨਹੀਂ ਸੀ | 2-3 ਦਿਨ ਬੀਤ ਗਏ ਸੀ ਪਰ ਹਾਲੇ ਤੱਕ ਉਸਦੀ ਡਾਇਰੀ ਕਿਸੇ ਵੀ ਬੱਚੇ ਕੋਲੋਂ ਲਭੀ ਨਹੀ ਗਈ ਸੀ। ਅਧਿਆਪਕ ਕੁੜੀ ਨੂੰ ਕਹਿੰਦੇ ਹਨ ਕਿ ਬੇਟਾ ਤੂੰ ਇੱਕ ਵਾਰੀ ਆਪਣੇ ਘਰ ਵਿੱਚ ਦੇਖ ਲੈ ਤੂੰ ਕਿੱਥੇ ਉਹਨੂੰ ਰੱਖ ਕੇ ਹੀ ਨਾ ਭੁੱਲ ਗਈ ਹੋਵੇ। ਪਰ ਕੁੜੀ ਨੂੰ ਚੰਗੀ ਤਰਾਂ ਯਾਦ ਸੀ ਕਿ ਉਸ ਦਿਨ ਉਹ ਡਾਇਰੀ ਉਸਦੇ ਹੀ ਕੋਲ਼ ਸੀ । ਕਿਉਂਕਿ ਉਸ ਦਿਨ ਵੀ ਕੁੜੀ ਨੇ ਆਪਣੇਂ ਬਾਰੇ ਉਸ ਡਾਇਰੀ ਵਿੱਚ ਲਿਖਿਆ ਸੀ। ਕੁੜੀ ਹੈਰਾਨ ਤੇ ਪਰੇਸ਼ਾਨ ਸੀ। ਉਸਦੇ ਮਨ ਵਿੱਚ ਸਵਾਲ ਸੀ ਕਿ ਉਹ ਡਾਇਰੀ ਜਾ ਕਿੱਥੇ ਸਕਦੀ ਹੈ ? ਕੁੜੀ ਨੂੰ ਕੁੱਝ ਵੀ ਸਮਝ ਨਹੀ ਸੀ ਆ ਰਿਹਾ । ਡਾਇਰੀ ਕਿਤੇ ਵੀ ਨਾ ਲੱਭੀ ।

ਜ਼ਿਆਦਾ ਪ੍ਰੇਸ਼ਾਨ ਨਾ ਹੁੰਦੇ ਹੋਏ ਕੁੜੀ ਨੇ ਇੱਕ ਨਵੀਂ ਡਾਇਰੀ ਖ਼ਰੀਦ ਲਈ | ਉਸ ਵਿੱਚ ਲਿਖਣਾ ਸ਼ੁਰੂ ਕਰ ਦਿੱਤਾ | ਫਿਰ ਇੱਕ ਦਿਨ ਸਕੂਲ ਵਿੱਚ ਫੰਕਸ਼ਨ ਸੀ। ਉਸ ਦਿਨ ਮਹਿਲਾ ਦਿਵਸ਼ ਸੀ। ਸਾਰੇ ਟੀਚਰ ਅਤੇ ਵਿਦਿਆਰਥੀ ਫੰਕਸ਼ਨ ਦੀਆਂ ਤਿਆਰੀਆਂ ਕਰ ਰਹੇ ਸੀ। ਉਹ ਕੁੜੀ ਵੀ ਆਪਣੇਂ ਵਲੋਂ ਮਹਿਲਾ ਦਿਵਸ਼ ਲਈ ਇਕ ਸਪੀਚ ਤਿਆਰ ਕਰ ਰਹੀ ਸੀ। ਉਸ ਕੁੜੀ ਦੀਆਂ ਸਹੇਲੀਆਂ ਵੀ ਆਪਣੇ ਕੰਮ ਵਿਚ ਉਲਜੀਆਂ ਹੋਈਆਂ ਸੀ। ਕੁੜੀ ਉਸ ਦਿਨ ਇਕੱਲੀ ਬੈਠੀ ਲਾਇਬ੍ਰੇਰੀ ਵਿੱਚ ਆਪਣੀ ਸਪੀਚ ਲਿਖ ਰਹੀ ਸੀ। ਬਾਕਿ ਹੋਰ ਵਿਦਿਆਰਥੀ ਆਪਣੀਆਂ ਜਮਾਤਾਂ ਵਿੱਚ ਸੀ ਤੇ ਕੁੱਝ ਵਿਦਿਆਰਥੀ ਅਸੈਂਬਲੀ ਹਾਲ ਵਿੱਚ ਮਹਿਲਾ ਦਿਵਸ਼ ਦੀ ਤਿਆਰੀ ਕਰ ਰਹੇ ਸੀ। ਕਿਉਂਕਿ ਉਹਨਾਂ ਵਿਦਿਆਰਥੀਆਂ ਨੇ ਵੀ ਆਪਣਾ ਐਕਟ ਉਸ ਦਿਨ ਸਟੇਜ ਤੇ ਕਰਨਾ ਸੀ। ਉਹ ਕੁੜੀ ਇਕਲੀ ਬੈਠੀ ਸੀ ਲਾਇਬ੍ਰੇਰੀ ਵਿੱਚ ਤੇ ਆਪਣੀ ਡਾਇਰੀ ਵਿੱਚ ਆਪਣੀ ਸਪੀਚ ਲਿਖ ਰਹੀ ਸੀ।"

ਕਹਾਣੀ ਸੁਣਾਉਂਦੇ ਮੈਂ ਸਮੀਰ ਨੂੰ ਵਿਚਕਾਰ ਟੋਕਦੀਆਂ ਹੋਈਆਂ ਕਿਹਾ "ਯਾਰ ਕੁੱਝ ਮਜ਼ੇਦਾਰ ਵੀ ਸੁਣਾ ਦੇ ਕਿ ਡਾਇਰੀ -ਡਾਇਰੀ ਲਾਈ ਹੋਈ ਹੈ।" ਅਗੋਂ ਸਮੀਰ ਕਹਿੰਦੇ ਹੈ ਕਿ " ਤੂੰ ਸੁਣ ਤਾਂ ਸਹੀ ਇਕ ਵਾਰ !"

ਸਮੀਰ ਅੱਗੇ ਕਹਾਣੀ ਨੂੰ ਜ਼ਾਰੀ ਰੱਖਦਾ ਹੈ ਤੇ ਕਹਿੰਦਾ ਹੈ "ਹੁਣ ਹੀ ਤਾਂ ! ਸੁਣਨ ਵਿੱਚ ਨਜ਼ਾਰਾ ਆਵੇਗਾ! ਅਸਲ ਕਹਾਣੀ ਤਾਂ ਹੁਣ ਸ਼ੁਰੂ ਹੋਈ ਆ!

ਜਦੋਂ ਉਹ ਕੁੜੀ ਲਾਇਬ੍ਰੇਰੀ ਵਿਚ ਬੈਠੀ ਸੀ ਤਾਂ ਉਥੇ ਇੱਕ ਅਧਿਆਪਿਕਾ ਆਈ ਤੇ ਉਸ ਨੂੰ ਪੁਛਦੀ ਹੈ ਕਿ " ਬੇਟਾ ਤੂੰ ਇਕਲੀ ਇੱਥੇ ਕੀ ਕਰ ਰਹੀ ਹੈ? "

ਕੁੜੀ ਦੇ ਕੁੱਝ ਬੋਲਣ ਤੋਂ ਪਹਿਲਾਂ ਹੀ ਟੀਚਰ ਕੁੜੀ ਨੂੰ ਇਕ ਕੰਮ ਦੇ ਦਿੰਦੀ ਹੈ। ਤੇ ਕਹਿੰਦੀ ਹੈ ਕਿ " ਬੇਟਾ ! ਲਾਇਬ੍ਰੇਰੀ ਦੇ ਦੂਜ਼ੇ ਪਾਸੇ ਕੁੱਝ ਪੁਰਾਣਿਆਂ ਕਿਤਾਬਾਂ ਪਈਆਂ ਨੇ ਉਹਨਾਂ ਨੂੰ ਅਲਮਾਰੀ ਵਿੱਚ ਰੱਖ ਦੇਵੀਂ " ਕਿਉਂਕਿ ਮੈਡਮ ਵੀ ਬਹੁਤ ਜਲਦੀ ਵਿੱਚ ਸੀ। ਇਨਾਂ ਕਹਿ ਕੇ ਮੈਡਮ ਉਥੋਂ ਚਲੀ ਜਾਂਦੀ ਹੈ। ਹੁਣ ਉਹ ਕੁੜੀ ਲਾਇਬ੍ਰੇਰੀ ਵਿੱਚ ਇਕੱਲੀ ਸੀ

ਜਿਸ ਕਰਕੇ ਉਸਨੂੰ ਥੋੜੀ ਜਿਹੀ ਘਬਰਾਹਟ ਹੁੰਦੀ ਹੈ। ਉਸਦਾ ਮਨ ਕਰਦਾ ਹੈ ਕਿ ਬਾਹਰ ਆਪਣੀਆਂ ਸਹੇਲੀਆਂ ਕੋਲ ਚਲੀ ਜਾਵਾਂ। ਪਰ ਜਿਹੜਾ ਕੰਮ ਉਹਨੂੰ ਮੈਡਮ ਦੇ ਕੇ ਗਈ ਸੀ ਉਹ ਵੀ ਉਸ ਨੂੰ ਪੂਰਾ ਕਰਨਾ ਸੀ। ਉਹ ਸੋਚ ਰਹੀ ਸੀ ਕਿ ਪਹਿਲਾਂ ਉਹ ਪੂਰਾ ਕਰਕੇ ਫਿਰ ਮੈਂ ਬਾਹਰ ਚਲੀ ਜਾਵਾਂਗੀ।

ਜਦੋਂ ਉਹ ਦੂਜੇ ਪਾਸੇ ਪੁਰਾਣੀਆਂ ਕਿਤਾਬਾਂ ਦੇਖਣ ਲਈ ਜਾ ਰਹੀ ਸੀ ਤਾਂ ਉਸਨੂੰ ਕੁਝ ਅਜ਼ੀਬ ਮਹਿਸੂਸ ਹੋਇਆ। ਲਾਇਬ੍ਰੇਰੀ ਵਿਚ ਬਹੁਤ ਸ਼ਾਂਤੀ ਸੀ। ਤੇ ਦੂਜਾ ਉਹ ਲਾਇਬ੍ਰੇਰੀ ਵਿੱਚ ਇਕੱਲੀ ਸੀ। ਜਦੋਂ ਉਹ ਦੂਜੇ ਪਾਸੇ ਜਾ ਰਹੀ ਸੀ ਤਾਂ ਉਸ ਨੂੰ ਆਪਣੇਂ ਪੈਰਾਂ ਦੀ ਆਵਾਜ਼ ਸਾਫ਼-ਸਾਫ਼ ਸੁਣਾਈ ਦੇ ਰਹੀ ਸੀ। ਉਸਨੂੰ ਘਬਰਾਹਟ ਜਿਹੀ ਮਹਿਸ਼ੂਸ ਹੋ ਰਹੀ ਸੀ। ਪਰ ਉਹ ਆਪਣੇ ਮਨ ਨੂੰ ਸਮਝਾਉਂਦੀ ਹੋਈ ਸੋਚਦੀ ਹੈ ਕਿ ਜਲਦੀ-ਜਲਦੀ ਉਹ ਕਿਤਾਬਾਂ ਅਲਮਾਰੀ ਵਿੱਚ ਰੱਖ ਕੇ ਇੱਥੋਂ ਬਾਹਰ ਚੱਲੀ ਜਾਵੇਗੀ।

ਉਹ ਫਿਰ ਛੇਤੀ ਉਥੇ ਗਈ ਜਿਥੇ ਕਿਤਾਬਾਂ ਰੱਖੀ ਹੋਈ ਸੀ। ਕੁੜੀ ਨੇ ਕਿਤਾਬਾਂ ਵੇਖੀਆਂ ਤਾਂ ਉਸਦੀ ਪੁਰਾਣੀ ਡਾਇਰੀ ਅਚਾਨਕ ਉਹਨਾਂ ਕਿਤਾਬਾਂ ਵਿੱਚ ਉਸ ਨੂੰ ਦਿਖਾਈ ਦਿੱਤੀ। ਉਹ ਹੈਰਾਨ ਹੋ ਗਈ ਅਤੇ ਸਭ ਕੁੱਝ ਭੁੱਲ ਕੇ ਡਾਇਰੀ ਵਲ਼ ਦੇਖਣ ਲੱਗ ਗਈ। ਉਸ ਨੂੰ ਕੁੱਝ ਸਮਝ ਨਹੀਂ ਸੀ ਆ ਰਿਹਾ ਉਹ ਹੈਰਾਨ ਸੀ। ਸੋਚ ਰਹੀ ਸੀ ਕਿ ਡਾਇਰੀ ਇੱਥੇ ਕਿਵੇਂ ਆ ਗਈ।

ਸਕੂਲ ਵਿਚ ਫੰਕਸ਼ਨ ਵੀ ਸ਼ੁਰੂ ਹੋ ਜਾਂਦਾ ਹੈ। ਸਾਰੇ ਬੱਚਿਆਂ ਨੂੰ ਅਧਿਆਪਕਾਂ ਅਤੇ ਪ੍ਰਿੰਸੀਪਲ ਵਲੋਂ ਹਦਾਇਤ ਹੁੰਦੀ ਹੈ ਕਿ ਆਪਣੀਆਂ ਜਮਾਤਾਂ ਵਿੱਚੋਂ ਬਾਹਰ ਆ ਕੇ ਕੇ ਫੰਕਸ਼ਨ ਵਿਚ ਸ਼ਾਮਿਲ ਹੋਣ! ਸਾਰੇ ਵਿਦਿਆਰਥੀ ਉਸ ਫੰਕਸ਼ਨ ਵਿੱਚ ਇਕੱਠੇ ਹੋ ਜਾਂਦੇ ਹਨ। ਪਰ ਉਹ ਕੁੜੀ ਹਾਲੇ ਵੀ ਉਸ ਲਾਇਬ੍ਰੇਰੀ ਵਿੱਚ ਹੀ ਸੀ। ਉਹ ਫੰਕਸ਼ਨ ਬਾਰੇ ਸਭ ਕੁੱਝ ਭੁੱਲ ਗਈ ਸੀ। ਉਸ ਨੂੰ ਸਿਰਫ਼ ਆਪਣੀ ਡਾਇਰੀ ਹੀ ਅੱਗੇ ਦਿਖਾਈ ਦੇ ਰਹੀ ਸੀ।

ਲਾਇਬ੍ਰੇਰੀ ਵਾਲ਼ੀ ਟੀਚਰ ਇਕ ਬੱਚੇ ਨੂੰ ਲਾਇਬ੍ਰੇਰੀ ਵਿੱਚ ਜਾਣ ਨੂੰ ਕਹਿੰਦੀ ਹੈ ਤੇ ਨਾਲ਼ੇ ਇਹ ਵੀ ਕਹਿੰਦੀ ਹੈ ਕਿ ਜ਼ੇਕਰ ਲਾਇਬ੍ਰੇਰੀ ਵਿੱਚ ਕੋਈ ਹੋਵੇ ਤਾਂ ਉਸਨੂੰ ਬਾਹਰ ਫੰਕਸ਼ਨ ਵਿੱਚ ਬੁਲਾ ਕੇ ਲੈ ਆਓ ਤੇ ਲਾਇਬ੍ਰੇਰੀ ਦਾ ਦਰਵਾਜ਼ਾ ਬੰਦ ਕਰਕੇ ਜਲਦੀ ਫੰਕਸ਼ਨ ਵਿਚ ਸਾਮਿਲ ਹੋਵੋ।

ਉਹ ਵਿਦਿਆਰਥੀ ਇਦਾਂ ਹੀ ਕਰਦਾ ਹੈ ਲਾਇਬ੍ਰੇਰੀ ਜਾਉਂਦਾ ਹੈ। ਲਾਇਬ੍ਰੇਰੀ ਪਹੁੰਚ ਕੇ ਉਹ ਦੇਖਦਾ ਹੈ ਕਿ ਲਾਇਬ੍ਰੇਰੀ ਵਿੱਚ ਕੋਈ ਨਜ਼ਰ ਨਹੀਂ ਆਉਂਦਾ ਹੈ। ਉਹ ਕਾਹਲੀ - ਕਾਹਲੀ ਵਿੱਚ ਇੱਕ ਨਜ਼ਰ ਲਾਇਬ੍ਰੇਰੀ ਵਿੱਚ ਮਾਰਦਾ ਹੈ।

ਉਸਨੂੰ ਨਹੀਂ ਪਤਾ ਸੀ ਕਿ ਲਾਇਬ੍ਰੇਰੀ ਦੇ ਦੂਜੇ ਪਾਸੇ ਜਿੱਥੇ ਪੁਰਾਣਿਆਂ ਕਿਤਾਬਾਂ ਪਈਆਂ ਸੀ। ਉਥੇ ਇੱਕ ਕੁੜੀ ਹੈ। ਉਹ ਲਾਇਬ੍ਰੇਰੀ ਦਾ ਬਾਹਰ ਤੋ ਦਰਵਾਜ਼ਾ ਬੰਦ ਕਰਕੇ ਫੰਕਸ਼ਨ ਵਿਚ ਸ਼ਾਮਿਲ ਹੋਣ ਲਈ ਚਲਾ ਜਾਂਦਾ ਹੈ।

ਕੁੜੀ ਹਾਲੇ ਉਥੇ ਹੀ ਸੀ। ਉਹ ਆਪਣੀ ਡਾਇਰੀ ਦੇਖ ਹੀ ਰਹੀ ਸੀ ਕਿ ਦਰਵਾਜ਼ੇ ਦੀ ਆਵਾਜ਼ ਸੁਣ ਕੇ ਉਹ ਇੱਕਦਮ ਹੋਸ਼ ਵਿਚ ਆ ਜਾਂਦੀ ਹੈ! ਹੋਸ਼ ਵਿੱਚ ਆਉਂਣ ਤੇ ਉਸਨੂੰ ਪਤਾ ਲਗਦਾ ਹੈ ਕਿ ਉਹ ਤਾਂ ਲਾਇਬ੍ਰੇਰੀ ਵਿੱਚ ਹੈ। ਉਸਨੂੰ ਯਾਦ ਆਉਂਦਾ ਹੈ ਕਿ ਉਸਨੂੰ ਫੰਕਸ਼ਨ ਵਿਚ ਸ਼ਾਮਿਲ ਹੋਣਾ ਹੈ । ਉਸਨੂੰ ਖੁਸੀ ਸੀ ਕਿ ਉਸਦੀ ਪੁਰਾਣੀ ਡਾਇਰੀ ਲੱਭ ਗਈ ਪਰ ਉਸ ਦੇ ਮਨ ਵਿਚ ਕਈ ਤਰ੍ਹਾਂ ਦੇ ਸਵਾਲ ਵੀ ਸੀ। ਕਿ ਡਾਇਰੀ ਲਾਇਬ੍ਰੇਰੀ ਵਿੱਚ ਕਿਵੇਂ ਆ ਗਈ? ਕੋਣ ਇਸ ਨੂੰ ਇਥੇ ਲੈ ਕੇ ਆਇਆ? ਇਦਾਂ ਦੇ ਕੁੱਝ ਸਵਾਲ ਉਹ ਆਪਣੇ ਦਿਮਾਗ ਵਿਚ ਸੋਚਦੀ ਹੋਈ ਲਾਇਬ੍ਰੇਰੀ ਤੋਂ ਬਾਹਰ ਵੱਲ ਜਾ ਰਹੀ ਸੀ ਉਸਦੇ ਚਿਹਰੇ ਤੇ ਇਕ ਅਲੱਗ ਤਰ੍ਹਾਂ ਦੀ ਪ੍ਰੇਸ਼ਾਨੀ ਤੇ ਡਰ ਸੀ।

ਉਸ ਦੀ ਪ੍ਰੇਸ਼ਾਨੀ ਹੋਰ ਵਧ ਜਾਂਦੀ ਹੈ ਜਦੋਂ ਉਹ ਦੇਖਦੀ ਹੈ ਕਿ ਲਾਇਬ੍ਰੇਰੀ ਦਾ ਦਰਵਾਜ਼ਾ ਬੰਦ ਹੋ ਗਿਆ ਹੈ । ਉਹ ਤੇਜ਼ੀ ਨਾਲ ਦਰਵਾਜ਼ੇ ਵੱਲ ਵਧਦੀ ਹੈ ਤੇ ਦਰਵਾਜ਼ ਖੋਲ੍ਹਣ ਦੀ ਕੋਸ਼ਿਸ਼ ਕਰਨ ਲੱਗ ਜਾਂਦੀ ਹੈ। ਪਰ ਦਰਵਾਜ਼ਾ ਬਾਹਰ ਤੋਂ ਬੰਦ ਸੀ । ਹੜਬੜਾਹਟ ਵਿੱਚ ਉਹ ਜ਼ੋਰ ਜ਼ੋਰ ਨਾਲ ਚਿਲਾਉਣਾ ਸ਼ੁਰੂ ਕਰ ਦਿੰਦੀ ਹੈ ਤੇ ਕਹਿੰਦੀ ਕਿ "ਦਰਵਾਜ਼ਾ ਖੋਲੋ! "ਦਰਵਾਜ਼ਾ ਖੋਲੋ! "ਦਰਵਾਜ਼ਾ ਖੋਲੋ! ਮੈਂ ਅੰਦਰ ਬੰਦ ਹਾਂ! ਮੈਂ ਬਾਹਰ ਆਉਣਾ ਹੈ! ਕੋਈ ਤਾਂ ਦਰਵਾਜ਼ਾ ਖੋਲੋ!

ਸਾਰੇ ਬੱਚੇ ਤੇ ਅਧਿਆਪਕ ਫੰਕਸ਼ਨ ਵਿਚ ਸੀ। ਕੋਈ ਵੀ ਉੱਥੇ ਮੌਜ਼ੂਦ ਨਹੀ ਸੀ। ਹੁਣ ਉਹ ਬਹੁਤ ਜ਼ਿਆਦਾ ਡਰ ਰਹੀ ਸੀ। ਉਸਦੇ ਮਨ ਵਿਚ ਖ਼ਿਆਲ ਆਉਦਾ ਹੈ ਕਿ ਉਸਨੇ ਆਪਣਾ ਨਾਂ ਫੰਕਸ਼ਨ ਵਿੱਚ ਸਪੀਚ ਬੋਲਣ ਲਈ ਲਿਖਵਾਇਆ ਹੋਇਆ ਸੀ। ਪਰ ਉਹ ਤਾਂ ਲਾਇਬ੍ਰੇਰੀ ਵਿੱਚ ਬੰਦ ਹੋ ਗਈ ਸੀ। ਉਹ ਕੋਸ਼ੀਸ ਕਰਦੀ ਹੈ ਕਿ ਕਿਸੇ ਤਰ੍ਹਾਂ ਖਿੜਕੀ ਵਿੱਚੋਂ ਬਾਹਰ ਨਿਕਲੀਆਂ ਜਾਵੇ ਜਾਂ ਕਿਸੇ ਨੂੰ ਆਵਾਜ਼ ਲਗਾਈ ਜਾਵੇ । ਪਰ ਕੁੜੀ ਲਈ ਇਹ ਸਭ ਕਰਨਾ ਬਹੁਤ ਮੁਸ਼ਕਲ ਸੀ। ਫਿਰ ਵੀ ਉਹ ਹਿੰਮਤ ਕਰਦੀ ਹੈ ਪਰ ਉਸਦੀ ਕੋਈ ਵੀ ਨਹੀਂ ਸੁਣਦਾ। ਕੁੜੀ ਬੁਰੀ ਤਰਾਂ ਅੰਦਰ ਫ਼ਸ ਜਾਂਦੀ ਹੈ। ਹੁਣ ਉਹ ਕੁਝ ਵੀ ਨਹੀ ਕਰ ਸਕਦੀ ਸੀ । ਡਾਇਰੀ ਬਾਰੇ ਤਾਂ ਉਹ ਭੁੱਲ ਜਾਂਦੀ ਹੈ।

ਉਸ ਦਿਨ ਉਸ ਨਾਲ਼ ਬਹੁਤ ਬੁਰੀ ਹੋਈ। ਉਹ ਪੂਰੀ ਕੋਸ਼ੀਸ ਕਰ ਰਹੀ ਸੀ ਕਿ ਕਿਸੇ ਤਰਾਂ ਲਾਇਬ੍ਰੇਰੀ ਵਿੱਚੋਂ ਬਾਹਰ ਆ ਜਾਵੇ । ਪਰ ਉਸ ਦੀ ਸਾਰੀ ਕੋਸੀਸਾਂ ਬੇਕਾਰ ਹੋ ਰਹੀਆਂ ਸੀ ਕਿਉਂਕਿ ਬਾਹਰ ਸਾਰੇ ਵਿਦਿਆਰਥੀ ਫੰਕਸ਼ਨ ਵਿਚ ਮਗਨ ਸੀ ਨਾਲੇ ਸਾਰੇ ਅਧਿਆਪਕ ਵੀ ਉੱਥੇ ਹੀ ਮੌਜ਼ੂਦ ਸੀ। ਜਿਸ ਕਾਰਨ ਕਿਸੇ ਨੂੰ ਉਸਦਾ ਖ਼ਿਆਲ ਨਾ ਆਇਆ। ਉਸ ਦੀਆਂ ਸਹੇਲੀਆਂ ਵੀ ਫੰਕਸ਼ਨ ਵਿਚ ਹੋਰ ਕੁੜੀਆਂ ਨਾਲ ਉਲਝੀਆਂ ਹੋਈਆ ਸੀ। ਤੇ ਉਹ ਲਾਇਬ੍ਰੇਰੀ ਵਿਚ ਫਸੀ ਹੋਈ ਸੀ। ਕੁੜੀ ਬਹੁਤ ਪਰੇਸ਼ਾਨ ਹੋ ਜਾਂਦੀ ਹੈ ਤੇ ਡਰ ਵੀ ਬਹੁਤ ਜਾਂਦੀ ਹੈ ।

ਉਸ ਦੀਆਂ ਸਾਰੀਆਂ ਕੋਸ਼ੀਸਾਂ ਵਿਅਰਥ ਹੋ ਜਾਦੀਆਂ ਹਨ। ਅੰਤ ਉਹ ਰੋਣਾ ਸ਼ੁਰੂ ਕਰ ਦਿੰਦੀ ਹੈ ਪਰ ਉੱਥੇ ਉਸਦੀ ਸੁਨਣ ਵਾਲਾ ਕੋਈ ਨਹੀ ਹੁੰਦਾ । ਕੁੱਝ ਨਾ ਕਰ ਸਕਣ ਦੀ

ਹਾਲਤ ਵਿੱਚ ਉਸ ਦਾ ਸਾਰਾ ਹੌਂਸਲਾ ਟੁੱਟ ਜਾਂਦਾ ਹੈ। ਥੋੜੀ ਦੇਰ ਬਾਅਦ ਆਪਣੀ ਡਾਇਰੀ ਵੱਲ ਦੇਖਦੀ ਹੈ ਤੇ ਡਾਇਰੀ ਨੂੰ ਖੋਲਦੀ ਹੈ ਤਾਂ ਉਹ ਦੇਖਦੀ ਹੈ ਕਿ ਡਾਇਰੀ ਵਿਚੋਂ ਕੁਝ ਪੇਜ਼ ਨਹੀ ਸੀ । ਡਾਇਰੀ ਵਿੱਚ ਕੁਝ ਬਹੁਤ ਹੀ ਹੈਰਾਨ ਕਰਨ ਵਾਲਾ ਸੀ। ਉਸ ਵਿਚ ਅਜ਼ੀਬ ਭਾਸ਼ਾ ਵਿਚ ਕੁਝ ਲਿਖਿਆ ਹੋਇਆ ਸੀ। ਜਿਹੜਾ ਕਿ ਸਮਝਣਾ ਮੁਸ਼ਕਲ ਸੀ । ਉਸ ਨੂੰ ਦੇਖ ਕੇ ਤਾਂ ਉਹ ਬੇਹੋਸ਼ੀ ਦੀ ਹਾਲਤ ਵਿਚ ਚੱਲੀ ਜਾਂਦੀ ਹੈ ਅਤੇ ਹੌਲ਼ੀ- ਹੌਲ਼ੀ ਆਪਣਾ ਆਪਾ ਖੋ ਦਿੰਦੀ ਹੈ ਤੇ ਬੇਹੋਸ਼ ਹੋ ਜਾਂਦੀ ਹੈ।

ਕੁੱਝ ਸਮੇਂ ਬਾਅਦ ਜਦੋਂ ਬੇਹੋਸ਼ੀ ਦੀ ਹਾਲਤ ਵਿੱਚੋਂ ਬਾਹਰ ਆਉਂਦੀ ਹੈ ਤਾਂ ਉਹ ਦੇਖਦੀ ਹੈ ਕਿ ਉਸਦੇ ਆਸ-ਪਾਸ ਵਿਦਿਆਰਥੀ ਅਤੇ ਅਧਿਆਪਕ ਖੜੇ ਹੋਏ ਸੀ। ਤੇ ਟੀਚਰ ਉਸ ਨੂੰ ਪਾਣੀ ਪਿਲਾਉਣਾ ਦੀ ਕੋਸ਼ੀਸ ਕਰ ਰਹੇ ਸੀ। ਤੇ ਉਸਦੀਆਂ ਸਹੇਲੀਆਂ ਵੀ ਉਸ ਦੇ ਕੋਲ਼ ਸੀ। ਅਧੀਆਪਕ ਨੇ ਉਸਦੇ ਘਰ ਫ਼ੋਨ ਕਰ ਦਿੱਤਾ ਸੀ। ਅਤੇ ਕੁੜੀ ਕੋਲੋਂ ਜਿਆਦਾ

ਸਵਾਲ - ਜ਼ਵਾਬ ਨਾ ਕਰਦੇ ਹੋਏ ਉਸਨੂੰ ਘਰ ਭੇਜ ਦਿੱਤਾ ਜਾਂਦਾ ਹੈ। ਕਿਉਂਕਿ ਕੁੜੀ ਮਾਨਸਿਕ ਅਤੇ ਸਰੀਰਕ ਹਾਲਤ ਵਜੋਂ ਬਹੁਤ ਘਬਰਾ ਗਈ ਸੀ ਨਾਲੇ ਬਹੁਤ ਡਰ ਵੀ ਗਈ ਸੀ।

ਘਰ ਜਾਣ ਤੌਂ ਬਾਅਦ ਉਸਨੂੰ ਡਾਕਟਰ ਕੋਲ਼ ਦਿਖਾਈਆ ਜਾਂਦਾ ਹੈ। । ਡਾਕਟਰ ਵਲੋਂ ਉਸਨੂੰ ਆਰਾਮ ਕਰਨ ਦੀ ਸਲਾਹ ਦਿੱਤੀ ਜਾਂਦੀ ਹੈ।

ਜਦੋਂ ਉਹ ਆਪਣੀ ਪੁਰਾਣੀ ਹਾਲਤ ਵਿੱਚ ਆ ਜਾਂਦੀ ਹੈ ਤਾਂ ਉਸਦੇ ਘਰ ਦੇ ਉਸ ਤੋਂ ਪੁਛਦੇ ਹਨ ਕਿ ਤੈਨੂੰ ਹੋਇਆ ਕਿ ਸੀ? ਤਾਂ ਉਹ ਸਾਰੀ ਕਹਾਣੀ ਜੋ ਵੀ ਉਸਦੇ ਨਾਲ ਬੀਤੀ ਸੀ ਉਹ ਸੁਣਾ ਦਿੰਦੀ ਹੈ। ਉਸਦੇ ਘਰਦੀਆਂ ਨੂੰ ਲਗਦਾ ਹੈ ਕਿ ਕਿਸੇ ਵਿਦਿਆਰਥੀ ਨੇ ਉਸ ਨਾਲ ਸ਼ਰਾਰਤ ਕੀਤੀ ਹੋਵੇ । ਤਾਂ ਕੁੜੀ ਦੇ ਘਰਦੇ ਵੀ ਉਸ ਗਲ ਨੂੰ ਭੁੱਲ ਜਾਂਦੇ ਹਨ।

ਇਕ-ਦੋ ਦਿਨ ਬਾਅਦ ਉਹ ਸਕੂਲ ਜਾਣਾ ਸ਼ੁਰੂ ਕਰ ਦਿੰਦੀ ਹੈ। ਉਹ ਦੁਬਾਰਾ ਫਿਰ ਤੋਂ ਲਾਇਬ੍ਰੇਰੀ ਵਿੱਚ ਜਾਉਂਦੀ ਹੈ। ਕਿਉਂਕਿ ਉਸ ਨੂੰ ਯਾਦ ਆਉਂਦਾ ਹੈ ਕਿ ਉਸ ਦੀ ਡਾਇਰੀ ਤਾਂ ਲਾਇਬ੍ਰੇਰੀ ਵਿੱਚ ਹੀ ਰਹਿ ਗਈ ਸੀ। ਕੁੜੀ ਹਾਲੇ ਵੀ ਉਸ ਡਾਇਰੀ ਬਾਰੇ ਹੀ ਸੋਚ ਰਹੀ ਸੀ। ਉਸ ਨੂੰ ਯਾਦ ਸੀ ਕਿ ਡਾਇਰੀ ਵਿਚ ਕੁੱਝ ਤਾਂ ਅਜ਼ੀਬ ਲਿਖਿਆ ਹੋਇਆ ਸੀ। ਕੁੜੀ ਦਾ ਪੂਰਾ ਮਨ ਸੀ ਕਿ ਉਹ ਡਾਇਰੀ ਨੂੰ ਦੇਖੇ।

ਉਹ ਉਤਸ਼ਾਹਿਤ ਸੀ ਕਿਉਂਕਿ ਉਹ ਡਾਇਰੀ ਦੇਖਣਾ ਚਾਹੁੰਦੀ ਸੀ। ਇਸ ਬਾਰੇ ਉਹ ਆਪਣੀ ਦੋਵੇਂ ਸਹੇਲੀਆਂ ਨੂੰ ਵੀ ਦੱਸ ਦੇਂਦੀ ਹੈ। ਉਸ ਦੀਆਂ ਸਹੇਲੀਆਂ ਉਸਨੂੰ ਪੁੱਛਦੀਆਂ ਹਨ ਕਿ ਤੈਨੂੰ ਹੋਇਆ ਕਿ ਸੀ ਉਸ ਦਿਨ ? ਪਰ ਉਹ ਜਿਆਦਾ ਕੁੱਝ ਨਹੀ ਦਸਦੀ ਤੇ ਆਪਣੀ ਸਹੇਲੀਆਂ ਨਾਲ ਲਾਇਬ੍ਰੇਰੀ ਵਿੱਚ ਡਾਇਰੀ ਦੀ ਤਲਾਸ਼ ਕਰਨ ਲੱਗ ਜਾਂਦੀ ਹੈ। ਉਸ ਦੀ ਸਹੇਲੀਆਂ ਇੱਕ ਵਾਰੀ ਹੋਰ ਪੁੱਛਦੀਆਂ ਹਨ ਕਿ ਤੈਨੂੰ ਹੋਇਆ ਕਿ ਹੈ? ਤਾਂ ਕੁੜੀ ਕਹਿੰਦੀ ਹੈ ਕਿ ਪਹਿਲਾਂ ਤੁਸੀ! ਉਹ ਡਾਇਰੀ ਲੱਭ ਲਓ ! ਫਿਰ ਮੈ ਤੁਹਾਨੂੰ ਸਭ ਕੁੱਝ ਦੱਸ ਦੇਵਾਂਗੀ!

ਕੁੜੀ ਆਪਣੀਆਂ ਸਹੇਲੀਆਂ ਨਾਲ ਡਾਇਰੀ ਨੂੰ ਲੱਭਣ ਦੀ ਕੋਸ਼ੀਸ ਕਰਦੀ ਹੈ। ਪਰ ਉਹਨਾਂ ਵਿਚੋਂ ਕਿਸੇ ਨੂੰ ਵੀ ਡਾਇਰੀ ਉੱਥੇ ਨਹੀਂ ਮਿਲਦੀ। ਕੁੜੀ ਫਿਰ ਤੋਂ ਸੋਚਾਂ ਵਿਚ ਪੈਂ ਜਾਂਦੀ ਹੈ ਕਿ ਡਾਇਰੀ ਗਈ ਕਿਥੇ ? ਛੁੱਟੀ ਹੋਣ ਤੋਂ ਬਾਅਦ ਕੁੜੀ ਆਪਣੇ ਘਰ ਚੱਲੀ ਜਾਂਦੀ ਹੈ। ਰਾਸਤੇ ਵਿੱਚ ਜਾਂਦੇ ਹੋਏ ਉਹ ਡਾਇਰੀ ਬਾਰੇ ਹੀ ਸੋਚਦੀ ਰਹਿੰਦੀ ਹੈ।

ਘਰ ਪਹੁੰਚ ਕੇ ਸ਼ਾਮ ਵੇਲੇ ਜਦੋਂ ਉਹ ਆਪਣਾ ਸਕੂਲ ਬੈਗ ਦੇਖਦੀ ਹੈਂ ਤਾਂ ਉਸ ਨੂੰ ਉਹ ਡਾਇਰੀ ਆਪਣੇ ਬੈਗ ਵਿੱਚੋਂ ਲੱਭ ਜਾਂਦੀ ਹੈ। ਉਹ ਹੈਰਾਨ ਹੋ ਜਾਂਦੀ ਹੈ। ਹੁਣ ਉਹ ਡਾਇਰੀ ਨੂੰ ਖੋਲ ਕੇ ਦੇਖਦੀ ਹੈ ਤਾਂ ਡਾਇਰੀ ਦੇ ਪਹਿਲੇ ਪੇਜ਼ ਤੇ ਉਤੇ ਲਿਖਿਆ ਸੀ ਕਿ "ਖ਼ਾਸ ਤੁਹਾਡੇ ਲਈ.... ਉਸਦੇ ਮਨ `ਚ ਸਵਾਲ ਆਉਦਾ ਹੈ ਕੇ ਇਹ ਕਿਸ ਦੀ ਸ਼ਰਾਰਤ ਹੈ ? ਫਿਰ ਉਹ ਹੋਰ ਅੱਗੇ ਪੜਨਾ ਸ਼ੁਰੂ ਕਰਦੀ ਹੈ ਜਿਉ-ਜਿਉਂ ਉਹ ਪੜਦੀ ਜਾਂਦੀ ਹੈ

ਉਹ ਉਸ ਵਿੱਚ ਪੂਰੀ ਤਰ੍ਹਾਂ ਖੋ ਜਾਂਦੀ ਹੈ। ਕੁੜੀ ਦੇ ਵਿਵਹਾਰ ਵਿੱਚ ਬਦਲਾਵ ਆਉਣਾ ਸ਼ੁਰੂ ਹੋ ਜਾਂਦਾ ਹੈ। ਉਸ ਦੀਆਂ ਹਰਕਤਾਂ ਕੁੱਝ ਠੀਕ ਨਹੀ ਸੀ ਲਗਦੀਆਂ। ਉਹ ਇਕੱਲਿਆਂ ਹੀ ਕੁੱਝ ਬੋਲਦੀ ਰਹਿੰਦੀ ਸੀ। ਉਸਦੀ ਦਿਮਾਗੀ ਹਾਲਤ ਵੀ ਖ਼ਰਾਬ ਹੋ ਗਈ ਸੀ।

ਇਹ ਸਭ ਦੇਖ ਕੇ ਉਸ ਕੁੜੀ ਦੇ ਘਰ ਦੇ ਵੀ ਪਰੇਸ਼ਾਨੀ ਵਿੱਚ ਆ ਗਏ ਸੀ। ਉਹਨਾਂ ਨੂੰ ਸਮਝ ਨਹੀ ਸੀ ਆ ਰਿਹਾ ਕੇ ਉਹਨਾਂ ਦੀ ਬੇਟੀ ਨਾਲ ਕਿ ਹੋ ਗਿਆ ਹੈ ? ਕੁੜੀ ਆਪ ਮੁਹਾਰੇ ਹੀ ਗਲਾਂ ਕਰਨ ਲਗ ਜਾਂਦੀ ਹੈ। ਉਸਦੀ ਹਰਕਤਾਂ ਤੋਂ ਪਰੇਸ਼ਾਨ ਹੋ ਕੇ ਘਰਦੇ ਉਸਨੂੰ ਡਾਕਟਰ ਕੋਲ਼ ਦਿਖਾਉਦੇ ਹਨ। ਪਰ ਡਾਕਟਰ ਵੀ ਕੁਝ ਠੀਕ ਠੀਕ ਨਹੀ ਦਸ ਰਹੇ ਸੀ। ਕੁੜੀ ਨੂੰ ਆਰਾਮ ਕਰਨ ਨੂੰ ਕਿਹਾ ਜਾਂਦਾ ਹੈ ਅਤੇ ਟੈਂਸ਼ਨ ਨਾ ਲੈਣ ਨੂੰ ਕਹਿੰਦੇ ਹਨ। ਕੁੜੀ ਦੇ ਘਰਦੇ ਹੈਰਾਨ ਸੀ ਕਿ ਅਚਾਨਕ ਉਸ ਨੂੰ ਕਿ ਹੋ ਗਿਆ ਸੀ। ਇੱਕ ਦਿਨ ਤਾਂ ਉਸਨੂੰ ਨੀਂਦ ਦੀ ਦਵਾਈ ਦੇ ਦਿੱਤੀ ਜਾਂਦੀ ਹੈ। ਜਿਸ ਨਾਲ ਉਸਨੂੰ ਨੀਂਦ ਆ ਜਾਂਦੀ ਹੈ। ਦਿਨ ਦੇ ਸਮੇਂ ਤਾਂ ਦਵਾਈ ਦਾ ਅਸਰ ਰਹਿੰਦਾ ਹੈ ਪਰ ਰਾਤ ਨੂੰ ਉਹ ਫਿਰ ਤੋਂ ਅਜ਼ੀਬ ਹਰਕਤਾਂ ਕਰਨਾ ਸ਼ੁਰੂ ਕਰ ਦਿੰਦੀ ਹੈ। ਉਸਦੇ ਚਿਹਰੇ ਤੋਂ ਸਾਫ ਦਿਖਾਈ ਦੇ ਰਿਹਾ ਸੀ। ਕਿ ਕੁੜੀ ਕਿਸੇ ਗੱਲੋਂ ਬਹੁਤ ਜਿਆਦਾ ਡਰੀ ਹੋਈ ਹੈ। ਉਸਨੇ ਡਾਇਰੀ ਦੇ ਸਾਰੇ ਪੰਨੇ ਫਾੜ ਦਿੱਤੇ ਸੀ। ਕੁਝ ਨੂੰ ਤਾਂ ਉਹ ਖਾ ਵੀ ਗਈ ਸੀ। ਜਦੋਂ ਉਸਦੀ ਮੰਮੀ ਨੇ ਉਸਨੂੰ ਦੇਖੀਆਂ ਤਾਂ ਉਸਦੇ ਗਲ਼ ਵਿੱਚ ਕਾਗਜ ਫਸੀਆ ਹੋਈਆ ਸੀ ਤੇ ਉਸਨੂੰ ਸਾਹ ਲੈਣ ਵਿਚ ਪਰੇਸ਼ਾਨੀ ਹੋ ਰਹੀ ਸੀ। ਰਾਤ ਦੇ ਸਮੇਂ ਉਸਦੇ ਮੰਮੀ ਡੈਡੀ ਵੀ ਪ੍ਰੇਸ਼ਾਨ ਹੋ ਗਏ ਸੀ।ਕੁੜੀ ਨੂੰ ਕਾਗਜ਼ ਖਾਂਦੇ ਹੋਏ ਦੇਖ ਡਰ ਗਏ ਸੀ। ਕਿਸੇ ਤਰਾਂ ਕੁੜੀ ਨੂੰ ਸਾਂਤ ਕਿਤਾ ਉਸਦੇ ਮੂੰਹ ਵਿਚੋਂ ਕਾਗਜ਼ਾਂ ਨੂੰ ਬਾਹਰ ਕਢੀਆ ਤੇ ਨੀਂਦ ਦੀ ਦਵਾਈ ਦੇ ਕੇ ਪੜਾ ਦਿੱਤਾ।

ਕੁੜੀ ਨੇ ਬਹੁਤ ਬੁਰੀ ਤਰਾਂ ਸ਼ਾਰੀ ਡਾਇਰੀ ਫਾੜ ਦਿਤੀ ਸੀ। ਉਸਦੀ ਮਾਨਸੀਕ ਹਾਲਤ ਬਹੁਤ ਖ਼ਰਾਬ ਹੋ ਗਈ ਸੀ। ਸਕੂਲ ਜਾਣਾ ਵੀ ਉਸਨੇ ਬੰਦ ਕਰ ਦਿੱਤਾ ਸੀ।

ਇਕ ਦਿਨ ਅਚਾਨਕ ਕੁੱਝ ਦਿਨਾਂ ਬਾਅਦ ਪਤਾ ਲੱਗਦਾ ਹੈ। ਕਿ ਕੁੜੀ ਨੇ ਆਤਮ ਹੱਤਿਆ ਕਰ ਲਈ ਸੀ। "

ਇਹ ਗਲ ਸੁਣ ਕੇ ਤਾਂ ਮੈਂ ਬਿਲਕੁਲ ਹੈਰਾਨ ਰਹਿ ਗਿਆ ਸੀ। ਮੈਂ ਸਮੀਰ ਨੂੰ ਪੁਛਿਆ " ਯਾਰ ਇਦਾਂ ਕਿਉ ਹੋਇਆ ਤੇ ਅਜਿਹਾ ਕਿ ਲਿਖੀਆ ਸੀ ਉਸ ਡਾਇਰੀ ਵਿੱਚ ? "

ਸਮੀਰ ਕਹਿੰਦਾ ਹੈ " ਇਹ ਤੇ ਕਿਸੇ ਨੂੰ ਨਹੀ ਪਤਾ ਕਿ ਡਾਇਰੀ ਵਿਚ ਕਿ ਲਿਖਿਆ ਸੀ। ਪਰ ਇਦਾ ਜਰੂਰ ਕਹਿੰਦੇ ਹਨ ਕਿ ਜਿਸ ਦਿਨ ਉਹ ਕੁੜੀ ਇਕਲੀ ਲਾਇਬ੍ਰੇਰੀ ਵਿੱਚ ਬੰਦ ਹੋ ਗਈ ਸੀ ਉਸ ਦਿਨ ਤੋਂ ਬਾਅਦ ਹੀ ਉਸਦੀ ਹਾਲਤ ਇਦਾਂ ਦੀ ਹੋ ਗਈ ਸੀ। ਇਕਲੀ

ਹੋਣ ਕਰਕੇ ਉਸ ਦਿਨ ਉਹ ਬਹੁਤ ਜਿਆਦਾ ਡਰ ਗਈ ਸੀ। ਤੇ ਉਸਦੇ ਦਿਮਾਗ ਵਿੱਚ ਕੋਈ ਗੱਲ ਬੈਠ ਗਈ ਸੀ। ਉਸਨੂੰ ਸਦਮਾ ਲਗੀਆ ਸੀ। "

ਮੈਨੂੰ ਤਸੱਲੀ ਜਿਹੀ ਨੀ ਹੋਈ ਮੈਂ ਦੁਬਾਰਾ ਪੁੱਛੀਆਂ ਕਿ " ਯਾਰ ਅਜਿਹਾ ਕਿ ਕਾਰਨ ਹੋ ਗਿਆ ਕਿ ਕੁੜੀ ਨੂੰ ਆਤਮ ਹੱਤਿਆ ਕਰਨੀ ਪਈ ਚੰਗੀ ਭਲੀ ਤਾਂ ਕੁੜੀ ਸੀ "

ਸਮੀਰ ਨੂੰ ਵੀ ਕਾਰਨ ਦਾ ਪਤਾ ਨਹੀ ਸੀ ਕਿ ਅਸਲ ਵਿੱਚ ਕੁੜੀ ਨਾਲ ਹੋਇਆ ਕਿ ਹੈ? ਸ਼ਾਇਦ ਉਸਨੂੰ ਚੰਗੀ ਤਰਾਂ ਗੱਲ ਦੱਸਣੀ ਨਹੀ ਆ ਰਹੀ ਸੀ। ਉਹ ਮੇਰੇ ਸਵਾਲਾਂ ਤੋਂ ਪਰੇਸ਼ਾਨ ਹੋ ਕੇ ਜਵਾਬ ਦਿੰਦਾ ਹੈ ਕਿ " ਕਹਿੰਦੇ ਹਨ ਕਿ ਜਦੋਂ ਉਹ ਕੁੜੀ ਲਾਇਬ੍ਰੇਰੀ ਵਿਚ ਸੀ ਤਾਂ ਲਾਇਬ੍ਰੇਰੀ ਵਿੱਚ ਇੱਕ ਕੁੜੀ ਦੀ ਆਤਮਾ ਰਹਿੰਦੀ ਸੀ ਜਿਸ ਨੇ ਕੁੜੀ ਦੀ ਦਿਮਾਗ਼ੀ ਹਾਲਤ ਖਰਾਬ ਕਰ ਦਿਤੀ ਸੀ। "

ਇੰਨਾ ਕਹਿਣ ਤੇ ਵਿਚਕਾਰ ਵਿਸਾਲ ਬੋਲ ਪੈਂਦਾ ਹੈ ਤੇ ਕਹਿੰਦਾ ਹੈ ਕਿ " ਇਹ ਤੇ ਕੋਈ ਗੱਲ ਨੀ ਹੋਈ ਜਾਂ ਤਾਂ ਸੱਚ-ਸੱਚ ਦੱਸ ਕਿ ਹੋਇਆ ਕਿ ਸੀ? ਨਹੀ ਐਵੇਂ ਦੀਆਂ ਗੱਲਾਂ ਨਾ ਸੁਣਾ ਜਿਹਨਾਂ ਬਾਰੇ ਤੈਨੂੰ ਨਹੀ ਪਤਾ "

ਸਮੀਰ ਕਹਿੰਦਾ ਹੈ ਕਿ " ਕੁੜੀ ਦੀ ਗੱਲ ਤਾਂ ਸੱਚੀ ਹੈ ਕਿ ਉਸਦੀ ਦਿਮਾਗੀ ਹਾਲਤ ਖਰਾਬ ਹੋ ਗਈ ਸੀ ਤੇ ਉਸਨੇ ਆਤਮ ਹਤੀਆ ਕਰ ਲਈ ਸੀ। ਭਾਵੇਂ ਤੁਸੀ ਕੁੜੀ ਦੇ ਪਿੰਡ ਵਾਲੀਆਂ ਤੋਂ ਵੀ ਪੁੱਛਕੇ ਆ ਸਕਦੇ ਹੋ । ਪਰ ਪਿੰਡ ਵਿੱਚ ਇਸ ਬਾਰੇ ਕਈ ਤਰਾਂ ਦੀ ਗੱਲਾਂ ਕਰਦੇ ਨੇ ਲੋਕੀ ਕਿ ਕੁੜੀ ਤੇ ਕਿਸੇ ਭੂਤ ਦਾ ਸਾਯਾ ਸੀ ਜਿਸ ਕਾਰਨ ਉਸ ਨਾਲ ਇਹ ਸਭ ਹੋਈਆ । ਤੇ ਕਈ ਤਾਂ ਇਹ ਵੀ ਕਹਿੰਦੇ ਹਨ ਕਿ ਜਿੱਥੇ ਉਹ ਸਕੂਲ ਬਣਾਇਆ ਗਿਆ ਹੈ ਉੱਥੇ ਪੁਰਾਣੇ ਸਮੇਂ ਵਿੱਚ ਮਰਨ ਤੋਂ ਬਾਅਦ ਲੋਕਾਂ ਨੂੰ ਉੱਥੇ ਹੀ ਜਲਾਇਆ ਜਾਂਦਾ ਸੀ ਤੇ ਹੁਣ ਉਸ ਜਗਾਹ ਤੇ ਸਕੂਲ ਬਣ ਗਿਆ ਹੈ ਤੇ ਇਸ ਕਰਕੇ ਲੋਕ ਕਹਿੰਦੇ ਨੇ ਸਕੂਲ ਵਿੱਚ ਆਤਮਾਵਾਂ ਰਹਿੰਦੀਆਂ ਨੇ "

ਇਹ ਕਹਿ ਕੇ ਸਮੀਰ ਆਪਣੀ ਗੱਲ ਪੂਰੀ ਕਰਦਾ ਹੈ। ਪਰ ਜਿਹੜੀ ਇਹ ਕਹਾਣੀ ਉਸਨੇ ਸੁਣਾਵੀ ਸੀ ਉਸਨੇ ਤਾਂ ਸੱਚੀ ਸੋਚਾਂ ਵਿਚ ਹੀ ਪਾ ਦਿੱਤਾ ਸੀ। ਅਜਿਹੀ ਭੋਲੀ-ਭਾਲੀ ਕੁੜੀ ਨਾਲ ਹੋਇਆ ਕਿ ਸੀ ਜਿਸ ਕਾਰਨ ਉਸਨੂੰ ਇਹ ਕਦਮ ਚੁਕਣਾ ਪਿਆ ? ਅਸੀ ਗੱਲਾਂ ਕਰ ਹੀ ਰਹੇ ਸੀ ਕਿ ਨਸੀਬ ਕਹਿੰਦਾ ਹੈ " ਭਰਾ ਮੈ ਸੁਣਾਉਂਦਾ ਤੁਹਾਨੂੰ ਇਕ ਗੱਲ ਮੇਰੇ ਪਿਤਾ ਜੀ ਦੀ ਥੋਡੇ ਤਾਂ ਰੋਗਟੇਂ ਖੜੇ ਹੋ ਜਾਣੇ ਨੇ ਧਿਆਨ ਨਾਲ ਸੁਣੀਓ "

ਅਸੀ ਸਾਰੇ ਬਿਲਕੁਲ ਤਿਆਰ ਸੀ ਨਸੀਬ ਦੀ ਗਲ ਸੁੰਨਣ ਨੂੰ ਕਿਉਕਿ ਸਾਨੂੰ ਹੁਣ ਕੁਝ ਡਰਾਵਨਾ ਤੇ ਮਜ਼ੇਦਾਰ ਸੁਨਣਾ ਸੀ ।

ਤਾਂ ਨਸ਼ੀਬ ਆਪਣੀ ਗੱਲ ਸ਼ੁਰੂ ਕਰਦਾ ਹੈ ਤੇ ਕਹਿੰਦਾ ਹੈ ਕਿ " ਮੇਰੇ ਪਿਤਾ ਜੀ ਨਾਲ ਇਕ ਵਾਰੀ ਬਹੁਤ ਡਰਾਵਨੀ ਘਟਨਾ ਹੋਈ ਸੀ। ਮੈਂ ਤੁਹਾਨੂੰ ਉਹ ਸੁਣਾਉਂਦਾ ਹਾਂ "

ਅਸੀਂ ਸਾਰੇ ਦੋਸਤ ਉਸਦੀ ਗੱਲ ਸੁਣਨ ਲਈ ਤਿਆਰ ਹੋ ਜਾਂਦੇ ਹਨ। ਨਸ਼ੀਬ ਫਿਰ ਆਪਣੀ ਗੱਲ ਦੀ ਸ਼ੁਰੂਆਤ ਕਰਦਾ ਹੈ ਤੇ ਕਹਿੰਦਾ ਹੈ,

" ਮੇਰੇ ਪਿਤਾ ਜੀ ਕੰਮ ਗਏ ਹੋਏ ਸੀ। ਅਕਸ਼ਰ ਉਹ ਕੰਮ ਤੋਂ ਸ਼ਾਮ ਨੂੰ ਜਲਦੀ ਆ ਜਾਂਦੇ ਸੀ। ਪਰ ਇਕ ਦਿਨ ਉਹਨਾਂ ਨੂੰ ਜਰੂਰੀ ਕੰਮ ਪੈ ਜਾਂਦਾ ਹੈ। ਜਿਸ ਕਾਰਣ ਉਹਨਾਂ ਨੂੰ ਕੰਮ ਖ਼ਤਮ ਕਰਨ ਵਿੱਚ ਰਾਤ ਬਹੁਤ ਹੋ ਜਾਂਦੀ ਹੈ । ਰਾਤ ਜਿਆਦਾ ਹੋਣ ਕਾਰਨ ਹਨੇਰਾ ਵੀ ਬਹੁਤ ਹੋ ਜਾਂਦਾ ਹੈ। ਤੇ ਜਿੱਥੇ ਉਹ ਕੰਮ ਕਰ ਰਹੇ ਸੀ ਉਥੇ ਰਾਤ ਨੂੰ ਰੁਕਣ ਦਾ ਕੋਈ ਪ੍ਰਬੰਧ ਨਹੀ ਸੀ ਤੇ ਪਿਤਾ ਜੀ ਨੂੰ ਰਾਤ ਨੂੰ ਹੀ ਘਰ ਆਉਣਾ ਪੈਂਦਾ ਹੈ । ਜਦੋਂ ਉਹ ਰਾਤ ਨੂੰ ਕੰਮ ਤੋਂ ਵਾਪਸ ਆ ਰਹੇ ਸੀ ਤਾਂ ਰਾਸਤੇ ਵਿਚ ਹਨੇਰਾ ਬਹੁਤ ਸੀ।

ਸੜਕ ਬਿਲਕੁੱਲ ਖਾਲੀ ਤੇ ਸੁੰਨਸਾਨ ਨਜ਼ਰ ਆ ਰਹੀ ਸੀ। ਸੜਕ ਤੇ ਵਿਰਲਾ ਹੀ ਕੋਈ ਸਾਧਨ ਸੀ ਤੇ ਪਿੰਡ ਵਾਲੇ ਰਾਸਤੇ ਤੇ ਤਾਂ ਇੱਕ ਵੀ ਸਾਧਨ ਨਹੀਂ ਸੀ। ਉਹਨਾਂ ਨੂੰ ਥੋੜੀ ਬਹੁਤ ਘਬਰਾਹਟ ਸੀ ਕਿਉਂਕਿ ਉਹਨਾਂ ਨਾਲ਼ ਪਹਿਲੀ ਵਾਰੀ ਇਦਾਂ ਹੋਇਆ ਸੀ। ਜਦੋਂ ਉਹ ਆਪਣੀ ਬਾਈਕ ਤੋਂ ਆਪਣੇ ਪਿੰਡ ਵੱਲ ਆ ਰਹੇ ਸੀ ਤਾਂ ਪਿੰਡ ਵਾਲਾ ਰਾਸਤਾ ਬਿਲਕੁੱਲ ਹੀ ਸੁੰਨਸਾਨ ਸੀ ਤੇ ਪਿੰਡ ਵਾਲਾ ਰਾਸਤਾ ਕੱਚਾ ਸੀ । ਕੱਚਾ ਰਾਸਤਾ ਹੋਣ ਕਰਕੇ ਉੱਥੇ ਪੇੜ ਪੌਦੇ ਤੇ ਝਾੜੀਆਂ ਬਹੁਤ ਜਿਆਦਾ ਸੀ। ਉਥੇ ਉਹ ਦੇਖਦੇ ਹਨ ਕਿ ਰਾਸਤੇ ਦੇ ਵਿਚਕਾਰ ਇੱਕ ਅਣਜਾਣ ਵਿਅਕਤੀ ਬੈਠੀਆ ਹੋਇਆ ਸੀ।

ਉਹ ਅਣਜਾਣ ਵਿਅਕਤੀ ਨੂੰ ਦੇਖ ਕੇ ਡਰ ਗਏ। ਕਿਉਂਕਿ ਉਹ ਵਿਅਕਤੀ ਘਰ ਜਾਣ ਵਾਲੇ ਰਾਸਤੇ ਵਿਚਕਾਰ ਬੈਠਾ ਸੀ। ਹਨੇਰਾ ਬਹੁਤ ਸੀ ਤੇ ਰਾਤ ਵੀ ਬਹੁਤ ਸੀ। ਕੁੱਝ ਚੰਗੀ ਤਰਾਂ ਦਿਖਾਈ ਨਹੀ ਦੇ ਰਿਹਾ ਸੀ। ਉਸ ਸਮੇਂ ਪਿਤਾ ਜੀ ਦੀ ਅੱਗੇ ਵਧਣ ਦੀ ਹਿੰਮਤ ਨਹੀ ਸੀ ਹੋ ਰਹੀ। ਉਹ ਵਿਅਕਤੀ ਰਾਸਤੇ ਉਤੇ ਬਿਲਕੁਲ ਸ਼ਾਂਤ ਬੈਠਾ ਸੀ। ਡਰ ਕਾਰਣ ਪਿਤਾ ਜੀ ਨੂੰ ਕੁੱਝ ਸਮਝ ਵੀ ਨਹੀ ਆ ਰਿਹਾ ਸੀ। ਇਕ ਵਾਰੀ ਤਾਂ ਉਹਨਾਂ ਨੇ ਸੋਚਿਆ ਕਿ ਵਾਪਿਸ ਹੋ ਜਾਵਾਂ ਪਰ ਪਿਛੇ ਵੀ ਬਹੁਤ ਹਨੇਰਾ ਸੀ।

ਪਿਤਾ ਜੀ ਹਿੰਮਤ ਕਰਦੇ ਹਨ । ਤੇ ਗੁੱਸੇ ਵਿੱਚ ਉਸ ਆਦਮੀ ਨੂੰ ਪੁੱਛਦੇ ਹਨ ਕਿ "ਤੂੰ ਕੋਣ ਹੈ? ਇੰਨੀ ਰਾਤ ਨੂੰ ਇੱਥੇ ਕਿ ਕਰ ਰਿਹਾ ਹੈ?" ਪਰ ਉਹ ਬਿਲਕੁਲ ਹੀ ਸ਼ਾਤ ਬੈਠਾ ਸੀ। ਉਸਨੇ ਕੋਈ ਜਵਾਬ ਨਾ ਦਿੱਤਾ। ਚਾਰੋਂ ਪਾਸੇ ਬਹੁਤ ਡਰਾਵਨੀ ਸ਼ਾਂਤੀ ਅਤੇ ਹਨੇਰਾ ਛਾਇਆ ਹੋਇਆ ਸੀ। ਜਿਸ ਕਾਰਨ ਘਬਰਾਹਟ ਹੋਰ ਵੀ ਜਿਆਦਾ ਵੱਧ ਰਹੀ ਸੀ। ਦਿਲ ਦੀ ਧੜਕਨ ਵੀ ਤੇਜ਼ ਹੋ ਰਹੀ ਸੀ। ਪਿਤਾ ਜੀ ਨੂੰ ਕੁੱਝ ਸਮਝ ਨਹੀਂ ਸੀ ਆ ਰਿਹਾ। ਰਾਸਤਾ ਛੋਟਾ ਤੇ ਕੱਚਾ ਸੀ (ਕਿਉਂਕਿ ਪੁਰਾਣੇਂ ਸਮੇਂ ਵਿੱਚ ਪਿੰਡ ਵਲ ਜਾਉਣ ਦੇ ਜ਼ਿਆਦਾਤਰ ਰਾਸ਼ਤੇ ਕੱਚੇ ਹੀ ਹੁੰਦੇ ਸੀ) ਉਹ ਸੋਚ ਰਹੇ ਸੀ ਕਿ ਅੱਜ ਕਿਥੇ ਫਸ ਗਿਆ ! ਪਿਛੇ ਉਹ ਜਾ ਨਹੀ ਸਕਦੇ ਸੀ। ਤੇ ਅਗੇ ਜਾਣ ਦੀ ਉਹਨਾਂ ਦੀ ਹਿੰਮਤ ਨਹੀ ਸੀ ਹੋ ਰਹੀ । ਇਕਦਮ ਫਿਰ ਉਹਨਾਂ ਨੂੰ ਟਰੈਕਟਰ ਦੀ ਆਵਾਜ਼ ਸੁਣਾਈ ਦਿੰਦੀ ਹੈ । ਉਹ ਦੇਖਦੇ ਹਨ ਕਿ ਇਕ ਟਰੈਕਟਰ ਪਿੰਡ ਵੱਲ ਹੀ ਆ ਰਿਹਾ ਹੈ।

ਉਹ ਟਰੈਕਟਰ ਵੱਲ ਦੇਖਦੇ ਹਨ ਤਾਂ ਪਿੰਡ ਦੇ ਦੋ ਕਿਸਾਨ ਭਰਾ ਪਿੰਡ ਵਲ਼ ਜਾ ਰਹੇ ਸੀ ਕਿਉਂਕਿ ਉਹ ਅਨਾਜ ਮੰਡੀ ਵਿੱਚ ਕਣਕ ਛੱਡ ਕੇ ਵਾਪਸ ਆ ਰਹੇ ਸੀ। ਉਹਨਾਂ ਨੂੰ ਦੇਖ ਕੇ ਪਿਤਾ ਜੀ ਦੀ ਹਿੰਮਤ ਵੱਧ ਜਾਂਦੀ ਹੈ। ਉਹ ਪਿਤਾ ਜੀ ਨੂੰ ਦੇਖ ਕੇ ਰੁਕ ਜਾਂਦੇ ਹਨ ਤੇ ਪੁੱਛਦੇ ਹਨ "ਕਿ ਇੰਨੀ ਰਾਤ ਨੂੰ ਇੱਥੇ ਕਿ ਕਰ ਰਹੇ ਹੋ।" ਤਾਂ ਪਿਤਾ ਜੀ ਦਸਦੇ ਹਨ ਕਿ "ਸਾਹਮਣੇ ਇੱਕ ਅਣਜਾਣ ਬੰਦਾ ਰਾਸਤੇ ਵਿੱਚ ਬੈਠਾ ਹੋਇਆ ਹੈ। ਨਾ ਕੁਝ ਬੋਲ ਰਿਹਾ ਹੈ ਤੇ ਨਾ ਕੁਝ ਸੁਣ ਰਿਹਾ ਹੈ। ਮੈਨੂੰ ਬਹੁਤ ਅਜੀਬ ਲੱਗ ਰਿਹਾ ਹੈ ਇਕੱਲਾ ਹੋਣ ਕਰਕੇ ਮੇਰੀ ਹਿੰਮਤ ਨਹੀਂ ਹੋ ਰਹੀ ਉਸ ਕੋਲ ਜਾਣ ਦੀ" ਤਾਂ ਉਹ ਪਿਤਾ ਜੀ ਨੂੰ ਕਹਿੰਦੇ ਹਨ ਕਿ " ਡਰ ਨਾ ਸਾਡੇ ਨਾਲ ਚੱਲ ਦੇਖਦੇ ਹਾਂ ਕਿ ਕੋਣ ਹੈ। " ਜਦੋਂ ਪਿਤਾ ਜੀ ਤੇ ਦੋਵੇਂ ਕਿਸਾਨ ਭਰਾ ਹੱਥਾਂ

ਵਿੱਚ ਡੰਡੇ ਲੈ ਕੇ ਉਸ ਵਿਅਕਤੀ ਵੱਲ ਵੱਧਦੇ ਹਨ ਤਾਂ ਉਹ ਦੋੜਦਾ ਹੋਈਆ ਨਜ਼ਰ ਆਉਂਦਾ ਹੈ। ਫਿਰ ਦੋਵੇਂ ਕਿਸਾਨ ਭਰਾ ਤੇ ਪਿਤਾ ਜੀ ਪਿੰਡ ਦੀ ਫਿਰਨੀ ਤੱਕ ਉਸਦਾ ਪਿੱਛਾ ਕਰਦੇ ਹਨ ਪਰ ਉਹ ਹਨੇਰੇ ਵਿੱਚ ਗ਼ਾਇਬ ਹੋ ਜਾਂਦਾ ਹੈ । ਰਾਤ ਦੇ ਹਨੇਰੇ ਵਿੱਚ ਉਹ ਗੁਮ ਹੋ ਜਾਂਦਾ ਹੈ। ਦੋਵੇਂ ਕਿਸਾਨ ਭਰਾ ਪਿਤਾ ਜੀ ਨੂੰ ਕਹਿੰਦੇ ਹਨ ਕਿ "ਪਤਾ ਨੀ ! ਬੰਦਾ ਕਿੱਥੇ ਗੁੰਮ ਹੋ ਗਿਆ? ਹੁਣ ਤੁਸੀ ਆਰਾਮ ਨਾਲ ਘਰ ਜਾਓ ! ਕਲ ਦੇਖਦੇ ਹਾਂ !!

ਉਸ ਤੋਂ ਬਾਅਦ ਪਿਤਾ ਜੀ ਘਰ ਆ ਜਾਂਦੇ ਹਨ। ਘਰ ਆ ਕੇ ਪਿਤਾ ਜੀ ਚੈਨ ਦਾ ਸ਼ਾਹ ਲੈਂਦੇ ਹਨ। ਫਿਰ ਮੇਰੀ ਦਾਦੀ ਜੀ ਪਿਤਾ ਜੀ ਨੂੰ ਪੁੱਛਦੀ ਹੈ " ਕਿ ਗੱਲ ਹੋਈ ਪੁੱਤਰ ਸਾਹ ਕਿਉਂ ਚੜਾਇਆ ਹੋਇਆ ਹੈ।"

ਤਾਂ ਪਿਤਾ ਜੀ ਦਾਦੀ ਜੀ ਨੂੰ ਪੂਰੀ ਗੱਲ ਦਸਦੇ ਹਨ ਕਿ ਉਹਨਾਂ ਨਾਲ ਜੋ ਵੀ ਹੋਈਆ ਸੀ। ਦਾਦਾ ਜੀ ਬੋਲ ਪੈਂਦੇ ਹਨ ਕਿ " ਤੈਨੂੰ ਛੇਤੀ ਘਰ ਆਉਣਾ ਚਾਹੀਦਾ ਹੈ । ਰਾਤ ਨੂੰ ਕਿਤੇ ਵੀ ਨੀ ਰੁਕਣਾ ਚਾਹੀਦਾ । ਅੱਜ ਕੱਲ ਕਿਸੇ ਦਾ ਭਰੋਸ਼ਾ ਨਹੀ। ਖੌਰੇ ਕੋਈ ਕੀ ਕਰ ਦੇਵੇ ਤੇ ਨਾਲੇ ਕਿਸ਼ੇ ਤੋਂ ਡਰਨਾ ਵੀ ਨਹੀ ਚਾਹੀਦਾ ਹੈ। " ਦਾਦਾ ਜੀ ਪਿਤਾ ਜੀ ਨੂੰ ਸਮਝਾਉਂਦੇ ਹਨ।

ਅਗਲੇ ਦਿਨ ਪਿਤਾ ਜੀ ਆਪਣੇ ਦੋਸਤਾਂ ਅਤੇ ਹੋਰ ਪਿੰਡ ਵਾਲੀਆਂ ਤੋਂ ਉਸ ਅਣਜਾਣ ਵਿਅਕਤੀ ਬਾਰੇ ਗਲਾਂ ਸੁਣਦੇ ਹਨ। ਪਿੰਡ ਦੇ ਲੋਕੀ ਕਹਿੰਦੇ ਹਨ ਕਿ ਰਾਤ ਨੂੰ ਉਸ ਕੱਚੇ ਰਾਸਤੇ ਤੇ ਕੋਈ ਅਣਜਾਣ ਵਿਅਕਤੀ ਘੁੰਮਦਾ ਹੋਇਆ ਦਿਖਾਈ ਦਿੰਦਾ ਹੈ। ਅਕਸ਼ਰ ਜਿਹੜੇ ਲੋਕ ਰਾਤ ਨੂੰ ਆਉਂਦੇ ਜਾਉਂਦੇ ਹਨ ਉਹਨਾਂ ਨੇ ਉਸ ਨੂੰ ਦੇਖਿਆ ਹੈ। ਤੇ ਕੁਝ ਲੋਕ ਤਾਂ ਇਹ ਵੀ ਕਹਿ ਰਹੇ ਸੀ ਕਿ ਕੋਈ ਚੋਰ ਜਾਂ ਸ਼ਰਾਬੀ ਹੋਣਾ । ਅਕਸਰ ਸ਼ਰਾਬ ਪੀਣ ਵਾਲੇ ਇਦਾਂ ਦੇ ਕੰਮ ਕਰਦੇ ਹਨ।"

ਇਹ ਸਭ ਕਹਿ ਕੇ ਨਸੀਬ ਆਪਣੀ ਗਲ ਪੂਰੀ ਕਰ ਦਿੰਦਾ ਹੈ।

ਵਿਸ਼ਾਲ ਨਸੀਬ ਨੂੰ ਪੁਛਦਾ ਹੈ " ਉਸਤੋਂ ਬਾਅਦ ਕਦੇ ਤੇਰੇ ਪਿਤਾ ਜੀ ਨੂੰ ਉਹ ਵਿਅਕਤੀ ਦਿਖਾਈ ਦਿਤਾ ਜਾਂ ਨਹੀ ? "

ਨਸੀਬ ਕਹਿੰਦਾ ਹੈ ਕਿ " ਦੁਬਾਰਾ ਤਾਂ ਕਦੇ ਪਿਤਾ ਜੀ ਨੇ ਦਸੀਆ ਨੀ ਸਾਨੂੰ ਪਰ ਉਹ ਸਾਨੂੰ ਅਕਸਰ ਰਾਤ ਨੂੰ ਕਿਤੇ ਬਾਹਰ ਜਾਣ ਤੋਂ ਰੋਕਦੇ ਰਹਿੰਦੇ ਹਨ। ਕਿਉਕਿ ਰਾਤ ਦੇ ਸਮੇਂ ਅਜਿਹੇ ਹਾਦਸੇ ਹੁੰਦੇ ਰਹਿੰਦੇ ਹਨ ਕਿ ਨਸੇੜੀ ਕਿਸੇ ਨੂੰ ਰਾਸਤੇ ਉਤੇ ਰੋਕ ਕੇ ਬੰਦੇ ਤੋਂ ਉਸਦਾ ਸਾਮਾਨ ਲੁਟ ਲੈਂਦੇ ਹਨ। ਰਾਤ ਦਾ ਕੋਈ ਭਰੋਸਾ ਨਹੀਂ ਹੁੰਦਾ "

ਮੈਂ ਨਸੀਬ ਨੂੰ ਪੁਛਦਾ ਹਾਂ " ਰਾਤ ਨੂੰ ਸੜਕਾਂ ਤੇ ਭੂਤ ਪ੍ਰੇਤ ਵੀ ਘੁੰਮਦੇ ਹਨ ? ਜਾਂ ਜੋ ਵਿਅਕਤੀ ਤੇਰੇ ਪਿਤਾ ਜੀ ਨੇ ਦੇਖਿਆ ਕੋਈ ਭੂਤ ਵੀ ਤਾਂ ਹੋ ਸਕਦਾ ਸੀ। ?

ਨਸੀਬ ਦਾ ਕਹਿਣਾ ਸੀ " ਕਿ ਪਤਾ ਯਾਰ ਕਿ ਸੀ ? ਉਂਝ ਲਗਦਾ ਹੈ ਤਾਂ ਕੋਈ ਵਿਅਕਤੀ ਹੀ ਸੀ । ਨਹੀ ਫਿਰ ਡਰਕੇ ਭਜਦਾ ਕਿਉ ਸੀ ? ਡਰ ਵਿਅਕਤੀ ਨੂੰ ਕਮਜ਼ੋਰ ਕਰਦਾ ਹੈ। ਇਦਾਂ ਦੇ ਹਾਲਤਾਂ ਵਿੱਚ ਵਿਅਕਤੀ ਨੂੰ ਹਿੰਮਤ ਤੋਂ ਕੰਮ ਲੈਣਾ ਚਾਹੀਦਾ ਹੈ। "

ਮੈਂ ਮੈਂ ਕਹਿੰਦਾ ਹਾਂ " ਗੱਲਾਂ ਤਾਂ ਬਹੁਤ ਵਧੀਆ ਸੀ ਅੱਜ ਤਾਂ ਬਹੁਤ ਨਜ਼ਾਰਾ ਆਇਆ ਗੱਲਾਂ ਸੁਣ ਕੇ "

ਇੰਨਾਂ ਸਭ ਕਹਿਣ ਸੁਨਣ ਤੋਂ ਬਾਅਦ ਹੁਣ ਘਰ ਜਾਉਣ ਦਾ ਸਮਾਂ ਹੋ ਗਿਆ ਸੀ।

ਮੈ ਕਿਹਾ "ਹੁਣ ਤਾਂ ਮੈਨੂੰ ਭੁੱਖ ਲਗ ਗਈ ਹੈ ਤੇ ਮੈ ਘਰ ਚੱਲਦਾ ਹਾਂ " ਕਿਉਂਕਿ ਹਨੇਰਾ ਹੋਣ ਹੀ ਵਾਲਾ ਸੀ। " ਉਸਤੋਂ ਬਾਅਦ ਅਸੀ ਸਾਰੇ ਆਪਣੇ ਘਰ ਚਲੇ ਜਾਦੇ ਹਾਂ।

ਕਹਾਣੀਆਂ ਦਾ ਸਾਡੀ ਜਿੰਦਗੀ ਤੇ ਬਹੁਤ ਪ੍ਰਭਾਵ ਪੈਂਦਾ ਹੈ। ਜਿਹੜੀਆਂ ਕਹਾਣੀਆਂ ਸਮੀਰ ਤੇ ਨਸ਼ੀਬ ਨੇ ਸੁਣਾਈਆਂ ਸੀ ਉਹਨਾਂ ਬਾਰੇ ਮੈਂ ਘਰ ਜਾਉਣ ਤੋਂ ਬਾਅਦ ਵੀ ਸੋਚਦਾ ਰਿਹਾ ਪਰ ਮੈਨੂੰ ਚੈਨ ਨਹੀ ਸੀ ਆ ਰਿਹਾ ਮੈਨੂੰ ਜਾਨਣਾ ਸੀ ਕਿ ਆਖਿਰ ਇਹਨਾਂ ਗਲਾਂ ਵਿੱਚ ਕਿ ਸੱਚਾਈ ਹੈ ? ਕੋਈ ਵਿਅਕਤੀ ਰਾਤ ਦੇ ਸਮੇਂ ਇਕਲਾ ਹੋਵੇਂ ਤਾਂ ਆਪਣੀ ਪਰਛਾਈ ਤੋਂ ਵੀ ਡਰ ਸਕਦਾ ਹੈ। ਰਾਤ ਦੇ ਸਮੇਂ ਰੱਸੀ ਨੂੰ ਸੱਪ ਸਮਝ ਲਿਆ ਜਾਦਾ ਹੈ। ਸਾਡੇ ਦਿਮਾਗ ਦੁਆਰਾ ਬਣਾਏ ਭਰਮ ਜਾਂ ਵਹਿਮ ਸਾਨੂੰ ਦਿਖਾਈ ਦੇ ਜਾਂਦੇ ਹਨ। ਤੇ ਅਸੀ ਧੋਖਾ ਖਾ ਜਾਂਦੇ ਹਨ। ਅਸਲ ਵਿੱਚ ਭੂਤ ਪ੍ਰੇਤ ਹੁੰਦੇ ਵੀ ਹਨ ਜਾਂ ਨਹੀਂ ।

ਮੈਂ ਸੁਤਾ ਪਿਆ ਇਹ ਸਭ ਗੱਲਾਂ ਹੀ ਸੋਚ ਰਿਹਾ ਸੀ। ਮੇਰੀ ਜਗਿਆਸਾ ਹੋਰ ਬਹੁਤ ਕੁਝ ਜਾਨਣ ਦੀ ਸੀ। ਹਾਲੇ ਅੱਗੇ ਮੈਂ ਹੋਰ ਬਹੁਤ ਕੁਝ ਜਾਨਣਾ ਸੀ। ......

ਅੰਣਜਾਣ ਖਤਰੇ ਨਾਲ ਸਾਹਮਣਾ

ਮੈਂ ਆਪਣੇਂ ਗਰੁੱਪ ਵਿੱਚ ਸਭ ਤੋਂ ਡਰਪੋਕ ਸੀ। ਜਦੋਂ ਅਸੀ ਸਾਰੇ ਦੋਸਤ ਇੱਕਠੇ ਹੋ ਕੇ ਭੂਤਾਂ- ਪਰੇਤਾਂ ਦੀਆਂ ਕਹਾਣੀਆਂ ਇੱਕ ਦੂਜੇ ਨੂੰ ਸੁਣਾਉਂਦੇ ਸੀ ਤਾਂ ਉਸ ਵੇਲੇ ਤੇ ਮੈਂ ਬਹੁਤ ਧਿਆਨ ਨਾਲ ਸੁਣਦਾ ਸੀ ਪਰ ਬਾਅਦ ਵਿੱਚੋਂ ਬਹੁਤ ਡਰਦਾ ਹੁੰਦਾ ਸੀ । ਜੇ ਹੁਣ ਦੀ ਗੱਲ ਕਰਾਂ ਤਾਂ ਹੁਣ ਮੈਨੂੰ ਬਹੁਤੀਆਂ ਗੱਲਾਂ ਸਾਫ਼ ਹੋ ਗਈਆਂ ਹਨ। ਤੇ ਹੁਣ ਆਪਣੀਆਂ ਪੁਰਾਣੀਆਂ ਗਲਾਂ ਤੇ ਹਾਸਾ ਆਉਂਦਾ ਹੈ । ਉਸ ਵੇਲੇ ਤਾਂ ਗੱਲ ਹੀ ਵੱਖਰੀ ਸੀ। ਮੈਂ ਡਰਦਾ ਵੀ ਸਭ ਤੋਂ ਜਿਆਦਾ ਸੀ ਨਾਲੇ ਸੁਣਦਾ ਵੀ ਸਭ ਤੋ ਜ਼ਿਆਦਾ ਸੀ। ਸਾਡੇ ਚਾਰੇ ਦੋਸਤਾਂ ਵਿਚੋਂ ਨਸ਼ੀਬ ਤੇ ਵਿਸ਼ਾਲ ਨਿਡਰ ਸੀ । ਉਹ ਭੂਤਾਂ - ਪ੍ਰੇਤਾਂ ਵਿੱਚ ਵਿਸ਼ਵਾਸ ਨਹੀਂ ਕਰਦੇ ਸੀ ਤੇ ਨਾ ਹੀ ਉਹ ਡਰਦੇ ਸੀ। ਮੈਂ ਤੇ ਸ਼ਮੀਰ ਬਹੁਤ ਡੱਰਦੇ ਹੁੰਦੇ ਸੀ । ਅਸੀਂ ਇੱਕ ਹੀ ਜਮਾਤ ਵਿਚ ਪੜਦੇ ਸੀ। ਕਲਾਸਰੂਮ ਵਿੱਚ ਬੈਠੇ ਕੇ ਬਹੁਤ ਵਾਰੀ ਅਸੀ ਗੱਲਾਂ ਕਰਦੇ ਤੇ ਆਪਣੀਆਂ - ਆਪਣੀਆਂ ਕਹਾਣੀਆਂ ਇੱਕ ਦੂਜੇ ਨੂੰ ਸੁਣਾਉਂਦੇ ਹੁੰਦੇ ਸੀ ।

ਜਦੋਂ ਬਾਰਿਸ਼ ਦੇ ਦਿਨ ਹੁੰਦੇ ਸੀ ਤਾਂ ਸਾਡੇ ਸਕੂਲ ਵਿਚ ਵਿਦਿਆਰਥੀ ਘੱਟ ਆਉਂਦੇ ਸੀ । ਜਿਸ ਕਾਰਨ ਅਧਿਆਪਕ ਜਮਾਤ ਵਿੱਚ ਨਹੀਂ ਆਉਂਦੇ ਸੀ ਅਤੇ ਸਾਡੀ ਹਾਜ਼ਰੀ ਲਗਾ ਕੇ ਆਪਣਾ ਸਟਾਫ਼ ਰੂਮ ਵਿਚ ਚਲੇ ਜਾਂਦੇ ਸੀ।

ਅਧਿਆਪਕਾਂ ਲਈ ਵੀ ਬਾਰਿਸ਼ ਦੇ ਚੰਗੇ ਹੁੰਦੇ ਸੀ ਕਿਉਂਕਿ ਉਹ ਘੱਟ ਬੱਚਿਆ ਨੂੰ ਪੜਾਉਂਦੇ ਨਹੀਂ ਸੀ । ਕਲਾਸ ਮੋਨੀਟਰ ਨੂੰ ਕਹਿ ਦਿੰਦੇ ਸੀ ਕਿ ਕਲਾਸਰੂਮ ਵਿੱਚੋਂ ਕੋਈ ਸ਼ੋਰ ਨਾ ਆਵੇ ਅਤੇ ਕਈ ਵਾਰੀ ਤਾਂ ਸਾਨੂੰ ਲਾਇਬ੍ਰੇਰੀ ਵਿਚੋਂ ਦੀ ਕਿਤਾਬਾਂ ਦੇ ਦਿੰਦੇ ਸੀ। ਸਾਨੂੰ ਕਹਿੰਦੇ ਸੀ ਕਿ ਤੁਸੀਂ ਅੱਜ ਕਹਾਣੀਆਂ ਦੀਆਂ ਕਿਤਾਬਾਂ ਪੜੋ ।

ਅਸੀਂ ਕਿਤਾਬਾਂ ਤਾਂ ਘੱਟ ਹੀ ਪੜਦੇ ਸੀ। ਆਪਣੀ ਹੀ ਕਹਾਣੀਆਂ ਸ਼ੁਰੂ ਕਰ ਦਿੰਦੇ ਸੀ। ਮੈਂ ਤੇ ਸਮੀਰ ਇੱਕਠੇ ਹੀ ਬੈਠਦੇ ਸੀ। ਅਧਿਆਪਕ ਦੇ ਜਾਣ ਤੋਂ ਬਾਅਦ ਅਸੀ ਇੱਕ ਦੂਜ਼ੇ ਦੇ ਬੈਂਚ ਨਾਲ ਬੈਂਚ ਜੋੜ ਕੇ ਇੱਕਠੇ ਬਹਿ ਕੇ ਗੱਲਾਂ ਬਾਤਾਂ ਕਰਦੇ ਸੀ। ਅਸੀਂ ਤਰਾਂ - ਤਰਾਂ ਦੀਆਂ ਕਹਾਣੀਆਂ ਇੱਕ ਦੂਜੇ ਨਾਲ ਸਾਂਝੀਆਂ ਕਰਦੇ ਸੀ। ਗੱਲਾਂ ਕਰਦੇ - ਕਰਦੇ ਮਾਹੌਲ਼ ਇੱਦਾਂ ਦਾ ਬਣ ਜਾਂਦਾ ਸੀ ਕਿ ਸਾਨੂੰ ਸਕੂਲ ਵਿਚੋਂ ਘਰ ਜਾਣ ਦਾ ਦਿਲ ਨਹੀਂ ਸੀ ਕਰਦਾ। ਹਾਸੇ- ਮਜ਼ਾਕ 'ਚ ਹੀ ਪੂਰਾ ਦਿਨ ਲੰਘ ਜਾਂਦਾ ਸੀ। ਅਸੀ ਸਾਡੇ ਪਿੰਡ ਵਿੱਚ ਸੁਣੀਆਂ ਹੋਇਆਂ ਭੂਤਾਂ ਦੀਆਂ ਗੱਲਾਂ ਕਰਨ ਲੱਗ ਜਾਂਦੇ ਸੀ। ਕੁਝ ਗੱਲਾਂ ਤਾਂ ਕਾਲਪਨਿਕ ਹੁੰਦੀਆਂ ਸੀ ਅਸੀਂ ਆਪ ਬਣਾਈਆਂ ਹੁੰਦੀਆਂ ਸੀ ਅਤੇ ਕੁਝ ਸੱਚੀਆਂ ਹੁੰਦੀਆਂ ਸੀ।

ਵਿਸ਼ਾਲ ਨੇ ਸਾਨੂੰ ਇੱਕ ਵਾਰੀ ਕਿਹਾ ਕਿ ਮੇਰੇ ਨਾਲ ਹੋਈ ਘਟਨਾ ਮੈਂ ਤੁਹਾਨੂੰ ਸੁਣਾਉਂਦਾ ਹਾਂ ਤਾਂ ਉਹ ਕਹਿੰਦਾ ਹੈ ਕਿ " ਇੱਕ ਦਿਨ ਰਾਤ ਦੇ ਸਮੇਂ ਅਚਾਨਕ ਸਾਡੇ ਘਰ

ਦੀ ਬਿਜਲੀ ਖ਼ਰਾਬ ਹੋ ਗਈ। ਘਰ ਵਿੱਚ ਚਾਰੇ ਪਾਸੇ ਹਨੇਰਾ ਹੋ ਗਿਆ। ਗਰਮੀ ਦਾ ਮੌਸਮ ਸੀ। ਪੱਖੇ ਬੰਦ ਹੋ ਗਏ | ਤੇ ਗਰਮੀ ਲੱਗਣ ਲੱਗ ਗਈ। ਮੱਛਰਾਂ ਨੇ ਵੀ ਬਹੁਤ ਤੰਗ ਕਿਤਾ ਹੋਇਆ ਸੀ। ਮੇਰੀ ਅੱਖ ਖੁੱਲੀ ਤੇ ਮੈਂ ਆਪਣਾ ਮੋਬਾਈਲ ਦੇਖਿਆ ਤਾਂ ਰਾਤ ਦੇ 2 ਵਜੇ ਹੋਏ ਸੀ। ਇੰਨੇ ਨੂੰ ਪਾਪਾ ਵੀ ਉਠ ਗਏ ਤੇ ਕਹਿਣ ਲੱਗੇ " ਕਿ ਹੋ ਗਿਆ ਲਾਇਟ ਨੂੰ ? " ਮੈ ਕਿਹਾ ਕਿ ਬਿਜਲੀ ਚਲੀ ਗਈ ਹੈ ਥੋੜੇ ਦੇਰ 'ਚ ਆ ਜਾਊਗੀ। ਤੇ ਪਾਪਾ ਜੀ ਅੱਗੋਂ ਕੁੱਝ ਨਹੀਂ ਬੋਲੇ ਆਪਣਾ ਆਰਾਮ ਨਾਲ ਪਏ ਰਹਿੰਦੇ ਹਨ। ਮੈਨੂੰ ਗਰਮੀ ਵਿਚ ਨੀਂਦ ਤਾਂ ਆ ਨਹੀਂ ਰਹੀ ਸੀ ਮੈਂ ਮੋਬਾਈਲ ਚਲਾਉਂਣ ਲੱਗ ਜਾਂਦਾ ਹਾਂ।

ਕੁਝ ਸਮੇਂ ਬਾਅਦ ਮੈਂ ਗਰਮੀ ਅਤੇ ਮੱਛਰਾਂ ਤੋਂ ਤੰਗ ਹੋ ਕੇ ਘਰ ਦੀ ਛੱਤ ਤੇ ਚੜ ਗਿਆ। ਛੱਤ ਤੇ ਠੰਡੀ ਹਵਾ ਚੱਲ ਰਹੀ ਸੀ। ਮੈਂ ਛੱਤ ਤੇ ਚੜ ਕੇ ਦੇਖੀਆ ਤਾਂ ਬਾਕੀ ਘਰਾਂ ਵਿੱਚ ਤਾਂ ਬਿਜਲੀ ਹੈ ਸੀ। ਪਰ ਸਾਡੇ ਹੀ ਘਰ ਵਿੱਚ ਨਹੀਂ ਸੀ। ਮੈਂ ਪਾਪਾ ਨੂੰ ਆਵਾਜ਼ ਮਾਰ ਕੇ ਕਿਹਾ ਕਿ ਸਾਡੀ ਲਾਈਟ ਲੱਗਦਾ ਖ਼ਰਾਬ ਹੋ ਗਈ ਹੈ। ਬਾਕੀ ਘਰਾਂ 'ਚ ਤਾਂ ਲਾਇਟ ਹੈਗੀ ਆ। ਡੈਡੀ ਆ ਕੇ ਦੇਖਦੇ ਹਨ ਤੇ ਨਾਲੇ ਮੈਨੂੰ ਵੀ ਚੈੱਕ ਕਰਨ ਨੂੰ ਕਹਿੰਦੇ ਹਨ " ਦੇਖ ਤੂੰ ਵੀ ਕਿਥੋਂ ਖ਼ਰਾਬ ਤਾਂ ਨੀ ਹੋ ਰਹੀ ਹੈ। "

ਮੈਂ ਪਰੇਸ਼ਾਨ ਹੋ ਗਿਆ ਸੀ ਕਿਉਂਕਿ ਮੈ ਸਵੇਰੇ ਸਕੂਲ ਵੀ ਜਾਣਾ ਸੀ। ਆਪਣੀ ਨੀਂਦ ਵੀ ਪੂਰੀ ਕਰਨੀ ਸੀ। ਮੈਨੂੰ ਘਰ ਦੇ ਬਾਹਰ ਲੱਗੇ ਬਿਜਲੀ ਦੇ ਮੀਟਰ ਨੂੰ ਚੈਕ ਕਰਕੇ ਆਉਣਾ ਸੀ।

ਜਦੋਂ ਮੈਂ ਘਰ ਦੇ ਬਾਹਰ ਲੱਗੇ ਬਿਜਲੀ ਦੇ ਮੀਟਰ ਨੂੰ ਦੇਖਣ ਲਈ ਬਾਹਰ ਜਾਣ ਹੀ ਲਗਾ ਸੀ ਤਾਂ ਮੈਨੂੰ ਕੁੱਝ ਅਜੀਬ ਜਿਹਾ ਲਗੀਆ। ਰਾਤ ਬਹੁਤ ਸੀ ਗੇਟ ਵੱਲ ਦੇਖਿਆ ਤਾਂ ਉਥੇ ਪੂਰਾ ਹਨੇਰਾ ਸੀ। ਮੈਨੂੰ ਇਕਲਿਆਂ ਜਾਣਾ ਠੀਕ ਨਹੀ ਲਗਿਆ ! ਇਸ ਕਰਕੇ ਮੈਂ ਡੈਡੀ ਨੂੰ ਆਵਾਜ਼ ਮਾਰ ਕੇ ਕਿਹਾ ਕਿ ਡੈਡੀ ਆਜੋ ਤੁਸੀ ਵੀ ਤੇ ਡੈਡੀ ਨੇ ਜਵਾਬ ਦਿੱਤਾ "ਪੁੱਤਰ ਤੂੰ ਬਾਹਰ ਦੇਖ ਕੇ ਆ ਇੰਨਾ ਮੈ ਪਲਾਸ (ਇਕ ਤਰਾਂ ਦਾ ਟੂਲ ਜਿਸ ਨੂੰ ਲਾਇਨ ਮੈਨ ਵਰਤ ਦੇ ਹਨ) ਦੇਖਦਾ ਹਾਂ ਕਿੱਥੇ ਪਿਆ ਹੈ।"

ਮੈਂ ਫਿਰ ਹੌਂਸਲਾ ਕਿਤਾ ਪਰ ਜਦੋਂ ਵੀ ਮੈਂ ਗੇਟ ਵੱਲ ਦੇਖਦਾ ਸੀ ਤਾਂ ਮੈਨੂੰ ਡਰ ਜਿਹਾ ਲੱਗਦਾ। ਕਿਉਂਕਿ ਉੱਥੇ ਹਨੇਰਾ ਹੀ ਬਹੁਤ ਸੀ। ਮੈਂ ਆਪਣੇ ਮੋਬਾਇਲ ਦੀ ਟੋਰਚ ਜਗਾ ਕੇ ਹੌਲੀ- ਹੌਲੀ ਅੱਗੇ ਵੱਲ ਵਧੀਆ। ਮੇਰੇ ਮਨ ਵਿੱਚ ਡਰਾਵਨੇ ਖ਼ਿਆਲ ਆਉਣੇ ਸ਼ੁਰੂ ਹੋ ਗਏ। ਮੈਨੂੰ ਇੰਝ ਲਗੀਆ ਕਿ ਗੇਟ ਕੋਲ ਕੋਈ ਖੜਿਆ ਹੋਵੇ ! ਤੇ ਉਹ ਘਰ ਦੇ ਅੰਦਰ ਵੱਲ ਹੀ ਦੇਖ ਰਿਹਾ ਹੋਵੇ | ਮੈਨੂੰ ਸਮਝ ਨਹੀ ਸੀ ਆ ਰਿਹਾ ਕਿ ਮੈਂ ਕਿ ਕਰਾਂ ਅੱਗੇ ਵੱਧਣ ਦੀ ਵੀ ਹਿੰਮਤ ਨਹੀ ਹੋ ਰਹੀ ਸੀ। ਗੇਟ ਵੱਲ ਦੇਖਦਾਂ ਤਾਂ ਡਰ ਲੱਗਦਾ ਸੀ।

ਡੈਡੀ ਨੇ ਇੱਕ ਵਾਰ ਹੋਰ ਆਵਾਜ਼ ਮਾਰੀ ਤੇ ਕਿਹਾ " ਪੁੱਤਰ! ਬਾਹਰ ਬਿਜਲੀ ਦੇ ਮਿਟਰ ਵਿਚ ਦੇਖ ਕੇ ਆ ! ਇੰਨਾ ਮੈਂ ਛੱਤ ਤੇ ਜਾ ਕੇ ਤਾਰ ਠੀਕ ਕਰ ਕੇ ਆਉਂਦਾ ਹਾਂ ਕਿਤੇ

ਉਪਰੋਂ ਹੀ ਨਾ ਖਰਾਬ ਹੋ ਗਈ ਹੋਵੇ " ਮੈਂ ਡੈਡੀ ਨੂੰ ਕੁੱਝ ਕਹਿਣ ਹੀ ਲੱਗਾ ਸੀ ਕਿ ਉਹ ਛੱਤ ਤੇ ਵੀ ਚਲੇ ਜਾਂਦੇ ਹਨ । ਹੁਣ ਮੈਂ ਇਕੱਲਾ ਖੜਿਆ ਹੋਇਆ ਦਰਵਾਜ਼ੇ ਵੱਲ ਦੇਖ ਰਿਹਾ ਸੀ। ਹਨੇਰਾ ਬਹੁਤ ਸੀ। ਮੈਂ ਮੋਬਾਈਲ ਵਿੱਚ ਗਾਣੇ ਚਲਾ ਲਏ ਤਾਂ ਥੋੜੀ ਹਿੰਮਤ ਹੋਈ। ਮੈ ਦਰਵਾਜ਼ੇ ਵੱਲ ਤੇਜ਼ੀ ਨਾਲ ਗਿਆ ਤੇ ਕੁੰਡਾ ਖੋਲਣਾ ਸ਼ੁਰੂ ਕੀਤਾ ਕੁੰਡਾ ਖੋਲਣ ਦੀ ਆਵਾਜ਼ ਵੀ ਸਾਫ਼ ਸੁਣਾਈ ਦੇ ਰਹੀ ਸੀ। ਮੋਬਾਈਲ ਫੋਨ ਵਿੱਚ ਚਲ ਰਹੇ ਗਾਣੇ ਵੀ ਡਰਾਵਣੇ ਲੱਗ ਰਹੇ ਸੀ। ਦਿਮਾਗ਼ ਵਿਚ ਤਰ੍ਹਾਂ ਤਰਾਂ ਦੇ ਖ਼ਿਆਲ ਆ ਰਹੇ ਸੀ। ਅਚਾਨਕ ਬਾਹਰ ਗਲ਼ੀ ਵਿੱਚ ਕੁੱਤੇ ਜ਼ੋਰ- ਜ਼ੋਰ ਨਾਲ ਭੌਂਕਣ ਲਗ ਗਏ। ਜਿਵੇਂ ਉਨ੍ਹਾਂ ਨੇ ਕੁੱਝ ਦੇਖ ਲਿਆ ਹੋਵੇ। ਮੇਰੇ ਦਿਮਾਗ਼ ਵਿੱਚ ਹੋਰ ਡਰਾਵਨੀਆਂ ਗੱਲਾਂ ਚਲਣੀਆਂ ਸ਼ੁਰੂ ਹੋ ਗਈਆਂ । ਚਾਰੇ ਪਾਸੇ ਕੁੱਤੇ ਭੌਂਕਣ ਦਾ ਸੋਰ ਸੀ।

ਮੈਂ ਹਿੰਮਤ ਕਰਕੇ ਕੁੰਡਾ ਖੋਲੀਆ ਤੇ ਬਾਹਰ ਵੱਲ ਦੇਖੀਆ ਤਾਂ ਬਾਕਿ ਘਰਾਂ ਵਿੱਚ ਲਾਇਟ ਹੈਗੀ ਸੀ। ਸਾਡੇ ਵਾਲੇ ਪਾਸੇ ਹੀ ਹਨੇਰਾ ਸੀ। ਦਿਮਾਗ਼ ਵਿੱਚੋਂ ਡਰਾਵਣੇ ਵਿਚਾਰ ਆਂਈ ਜਾ ਰਹੇ ਸੀ। ਮੈਨੂੰ ਮਹਿਸ਼ੂਸ ਹੋਈਆ ਜਿਵੇਂ ਕੋਈ ਮੇਰੇ ਵਲ ਦੇਖ ਰਿਹਾ ਹੋਵੇ । ਬਾਹਰ ਮੀਟਰ ਵਲ ਦੇਖਿਆ ਤਾਂ ਉਥੇ ਵੀ ਹਨੇਰਾ ਸੀ। ਮੈਂ ਦਰਵਾਜ਼ੇ ਅੱਗੇ ਖੜਾ ਸੀ ਪਰ ਬਿਜਲੀ ਦੇ ਮੀਟਰ ਤੱਕ ਜਾਣ ਦੀ ਹਿੰਮਤ ਨਹੀਂ ਸੀ ਹੋ ਰਹੀ। ਹਨੇਰੇ ਵਿੱਚ ਇੰਝ ਲਗ ਰਿਹਾ ਸੀ ਜਿਵੇਂ ਉਥੇ ਕੋਈ ਖੜਿਆ ਹੋਵੇ। ਹਾਲਾਂਕਿ ਬਿਜਲੀ ਦਾ ਮੀਟਰ ਘਰ ਤੋਂ ਬਿਲਕੁਲ ਥੋੜੀ ਹੀ ਦੂਰੀ ਤੇ ਸੀ ਫਿਰ ਵੀ ਮੈਂ ਉਥੇ ਤੱਕ ਜਾਣ ਦੀ ਹਿੰਮਤ ਨਹੀਂ ਸੀ ਕਰ ਨਾ ਰਿਹਾ। ਕੁੱਤਿਆਂ ਦੇ ਭੌਂਕਣ ਦੀ ਆਵਾਜ਼ ਤਾਂ ਹੋਰ ਵੀ ਜ਼ਿਆਦਾ ਡਰਾ ਰਹੀ ਸੀ।

ਡੈਡੀ ਨੇ ਦੁਬਾਰਾ ਮੈਨੂੰ ਆਵਾਜ਼ ਮਾਰੀ ਤੇ ਕਿਹਾ ਕਿ " ਦੇਖੀਂ ਲਾਇਟ ਆਈ ਜਾਂ ਨਹੀਂ "

ਡੈਡੀ ਛੱਤ ਵਾਲੀ ਤਾਰ ਨੂੰ ਸਹੀ ਕਰ ਰਹੇ ਜਿੱਥੋਂ ਅਸਲ ਵਿੱਚ ਬਿਜਲੀ ਖ਼ਰਾਬ ਹੋਈ ਸੀ। ਮੈਂ ਇੱਕਲਾ ਘਰ ਦੇ ਬਾਹਰ ਖੜਾ ਸੀ। ਮੈਨੂੰ ਇਕ ਵਾਰੀ ਮੀਟਰ ਨੂੰ ਚੈੱਕ ਕਰਕੇ ਆਉਣਾਂ ਜ਼ਰੂਰੀ ਸੀ । ਡਰਦਾ - ਡਰਦਾ ਮੈਂ ਅੱਗੇ ਵਧੀਆ ਕਿਉਂਕਿ ਡੈਡੀ ਬਾਰ -ਬਾਰ ਆਵਾਜ਼ ਮਾਰ ਕਹਿ ਰਹੇ ਸੀ " ਕਿ ਤੂੰ ਮੀਟਰ ਨੂੰ ਦੇਖ ਕੇ ਆ।" ਉਸ ਰਾਤ ਤਾਂ ਸੱਚੀ ਬਹੁਤ ਅਜ਼ੀਬ ਡਰ ਮਹਿਸੂਸ ਹੋ ਰਿਹਾ ਸੀ। ਪਤਾ ਨਹੀਂ ਤਾਂ ਜਿਹੋ ਜਿਹੀਆਂ ਗੱਲਾਂ ਮੈਂ ਭੂਤਾਂ ਆਤਮਾਵਾਂ ਬਾਰੇ ਸੁਣਦਾ ਸੀ ਉਹਨਾਂ ਦਾ ਅਸਰ ਸੀ।

ਅਧੀ ਰਾਤ ਦਾ ਸਮਾਂ ਸ਼ਾਂਤ ਮਾਹੌਲ ਵਿਚ ਤਰਾਂ ਤਰਾਂ ਦੀਆਂ ਆਵਾਜ਼ਾਂ ਸੁਣਾਈ ਦੇ ਰਹੀਆਂ ਹੋਣ ਤਾਂ ਆਪਣੀ ਆਵਾਜ਼ ਸੁਣ ਕੇ ਵੀ ਬੰਦਾ ਡਰ ਜਾਵੇ। ਮੈਂ ਕੁੱਝ ਜ਼ਿਆਦਾ ਹੀ ਸੋਚ ਰਿਹਾ ਸੀ। ਮੈਂ ਮੀਟਰ ਦੇਖਿਆ ਤਾਂ ਮੀਟਰ ਵਿੱਚ ਲਾਇਟ ਸੀ। ਮੀਟਰ ਦੇਖ ਕੇ ਘਰ ਵਲ ਮੁੜਿਆ ਤਾਂ ਇੰਝ ਜਿਵੇਂ ਕਿ ਮੇਰੇ ਪਿਛੇ ਕੋਈ ਵਿਅਕਤੀ ਖੜਿਆ ਹੋਇਆ ਹੈ। ਪਿਛੇ ਦੇਖਣ ਦੀ ਬਿਲਕੁਲ ਵੀ ਹਿੰਮਤ ਨਹੀਂ ਸੀ। ਅੱਗੇ ਵਧਦਾ ਤਾਂ ਇੰਝ ਲਗਦਾ ਜਿਵੇਂ ਕੋਈ ਪਿੱਛੇ ਪਿੱਛੇ ਮੇਰੇ ਨਾਲ ਚਲ ਰਿਹਾ ਹੋਵੇ । ਉਸ ਸਮੇਂ ਤਾਂ ਮੇਰੀ ਹਾਲਤ ਬਹੁਤ ਖ਼ਰਾਬ ਹੋ ਗਈ । ਦਿਲ

ਦੀ ਧੜਕਣ ਤੇਜ਼ ਹੋ ਗਈ ਸੀ। ਮੈਨੂੰ ਪੂਰਾ ਮਹਿਸੂਸ ਹੋ ਰਿਹਾ ਸੀ ਕਿ ਮੇਰੇ ਪਿੱਛੇ ਕੋਈ ਤਾਂ ਹੈ। ਬਸ ਮੈਨੂੰ ਫੜਨ ਹੀ ਵਾਲਾ ਹੈ! ਕੋਈ ਤਾਂ ਹੈ!

ਮੈਂ ਸਭ ਕੁੱਝ ਭੁੱਲ ਗਿਆ ਮੈਨੂੰ ਗਰਮੀ ਚੜ ਗਈ ਮੈਂ ਤੇਜ਼ੀ ਨਾਲ ਘਰ ਦੇ ਅੰਦਰ ਗਿਆ । ਦਰਵਾਜ਼ਾ ਵੀ ਬੰਦ ਨਹੀਂ ਸੀ ਕੀਤਾ ਤੇ ਮੰਮੀ ਕੋਲ਼ ਜਾ ਕੇ ਪੈ ਗਿਆ। ਡੈਡੀ ਨੇ ਵੀ ਲਾਈਟ ਸਹੀ ਕਰ ਦਿੱਤੀ ਸੀ। ਡੈਡੀ ਕਹਿਣ ਲੱਗੇ ਕਿ " ਦਰਵਾਜ਼ਾ ਬੰਦ ਕਰਕੇ ਆਜਾ ! ਪੁੱਤਰ " ਪਰ ਮੈਂ ਤਾਂ ਬਹੁਤ ਡਰੀਆ ਹੋਇਆ ਸੀ। ਮੂਹੋਂ ਬੋਲ ਵੀ ਨਹੀ ਸੀ ਨਿਕਲ਼ ਰਿਹਾ । ਮੈਂ ਤਾਂ ਬਸ ਚੁਪ ਚਾਪ ਸੋ ਗਿਆ। ਡੈਡੀ ਆਪੇ ਹੀ ਦਰਵਾਜਾ ਬੰਦ ਕਰਕੇ ਆਏ " ਇਹ ਕਹਿੰਦੀਆਂ ਹੀ ਵਿਸ਼ਾਲ ਨੇ ਆਪਣੀ ਗੱਲ ਖ਼ਤਮ ਕਰ ਦਿੱਤੀ ।

ਵਿਸ਼ਾਲ ਦੀ ਗੱਲ ਸੁਣ ਕੇ ਮੈਂ ਕਿਹਾ ਕਿ "ਜੇਕਰ ਮਨੋਵਿਗਿਆਨ ਦੇ ਨਜ਼ਰੀਏ ਨਾਲ ਦੇਖਿਆ ਤਾਂ ਸਾਡੇ ਦਿਮਾਗ਼ ਤੇ ਭੂਤਾ-ਪ੍ਰੇਤਾਂ ਦੀਆਂ ਕਹਾਣੀਆਂ ਤੇ ਫਿਲਮਾਂ ਦਾ ਬਹੁਤ ਗਹਿਰਾ ਅਸਰ ਪੈਂਦਾ ਹੈ। ਜਦੋਂ ਵੀ ਮੈਂ ਇਕੱਲਾ ਹੁੰਦਾ ਹਾਂ ਤਾਂ ਮੇਰੇ ਮਨ ਵਿੱਚ ਵੀ ਇਹ ਗਲਾਂ ਆਪੇ ਆ ਜਾਂਦੀਆਂ ਹਨ। ਕਦੇ- ਕਦੇ ਤਾਂ ਸਾਡੇ ਨਾਲ ਬਹੁਤ ਬੁਰੀ ਹੁੰਦੀ ਹੈ। "

ਨਸ਼ੀਬ ਕਹਿੰਦਾ ਹੈ ਕਿ " ਇਹ ਗੱਲ ਤੇ ਠੀਕ ਹੈ ਉਂਝ ਅਸੀ ਕਹਿੰਦੇ ਹਾਂ ਕਿ ਸਾਨੂੰ ਸ਼ੋਰ ਸਰਾਬਾ ਬਿਲਕੁਲ ਪਸੰਦ ਨਹੀ ਪਰ ਜਦੋਂ ਸਾਰੇ ਹੀ ਸ਼ਾਂਤ ਹੋ ਜਾਂਦੇ ਹਨ। ਤਾਂ ਉਹ ਸਮਾਂ ਸਾਡੇ ਲਈ ਬਹੁਤ ਡਰਾਵਣਾ ਹੋ ਜਾਂਦਾ ਹੈ। ਮੈਂ ਇੰਟਰਨੈਟ ਤੇ ਦੇਖਿਆ ਸੀ ਇਕ ਖਿਲਾੜੀ ਮਹਿਲਾ ਨੇ ਇਨਸਾਨੀ ਦਿਮਾਗ ਬਾਰੇ ਪਤਾ ਕਰਨ ਲਈ ਇੱਕਲੀਆਂ 6 ਮਹਿਨੀਆਂ ਤੋਂ ਜਿਆਦਾ ਦਿਨ ਦਾ ਸਮਾਂ ਇੱਕ ਅੱਧੇਰੀ ਗੁਫ਼ਾ ਵਿਚ ਬਤੀਤ ਕਿਤਾ ਸੀ। ਤੇ ਉਸਦਾ ਕਹਿਣਾ ਸੀ ਕਿ ਜਦੋਂ ਉਹ ਇਕਲੀ ਗੁਫ਼ਾ ਵਿੱਚ ਹੁੰਦੀ ਸੀ ਤਾਂ ਉਸ ਦਾ ਦਿਮਾਗ ਤਰਾਂ-ਤਰਾਂ ਦੀ ਅਵਾਜ਼ਾਂ ਉਸ ਨੂੰ ਸੁਣਾਉਂਦਾ ਸੀ ਜਿਵੇਂ ਉਸ ਦੇ ਕਿਸੇ ਪਰਿਵਾਰ ਦੇ ਮੈਂਬਰ ਦੀਆਂ । ਗੁਫ਼ਾ ਵਿਚ ਹਨੇਰਾ ਬਹੁਤ ਹੁੰਦਾ ਤੇ ਹੈ ਤੇ ਸ਼ਾਂਤੀ ਵੀ ਬਹੁਤ ਹੁੰਦੀ ਹੈ। ਇਕਲੀਆਂ ਹੋਣ ਕਰਕੇ ਸਾਡਾ ਦਿਮਾਗ(|illusion) ਭਰਮ ਪੈਦਾ ਕਰਦਾ ਹੈ। ਜਿਸ ਕਾਰਨ ਸਾਨੂੰ ਕਈ ਤਰਾਂ ਦੀਆਂ ਅਜੀਬ ਚੀਜ਼ਾਂ ਦਿਖਾਈ ਦਿੰਦੀਆਂ ਹਨ। ਤੇ ਉਸ ਖਿਲਾੜੀ ਮਹਿਲਾ ਦੀ ਇਸ ਖੋਜ਼ ਤੋਂ ਦਿਮਾਗ ਬਾਰੇ ਸਾਨੂੰ ਬਹੁਤ ਕੁਝ ਜਾਨਣ ਨੂੰ ਮਿਲੀਆ "

ਨਸੀਬ ਦੀ ਕਹੀ ਗਲ ਮੈਨੂੰ ਬਹੁਤ ਪ੍ਰਭਾਵਿਤ ਕਰਦੀ ਹੈ। ਮੈਂ ਨਸੀਬ ਤੋਂ ਇਸ ਬਾਰੇ ਹੋਰ ਜਾਨਣਾ ਚਾਹੁੰਦਾ ਸੀ। ਮੈਂ ਕਿਹਾ " ਵਿਗਿਆਨੀ ਦਿਮਾਗ ਉਤੇ ਖੋਜ ਕਰਦੇ ਰਹਿੰਦੇ ਹਨ। ਇਸ ਨਾਲ ਤਾਂ ਸਾਡੇ ਬਹੁਤ ਸਾਰੇ ਸਵਾਲਾਂ ਦਾ ਜਵਾਬ ਸਾਨੂੰ ਮਿਲ ਜਾਵੇਗਾ । "

ਨਸੀਬ " ਹਾਂ ਸਾਇੰਸ ਦੀ ਹਮੇਸ਼ਾ ਇਹ ਕੋਸ਼ੀਸ ਰਹਿੰਦੀ ਹੈ ਕਿ ਵਿਅਕਤੀ ਦੀ ਜਿੰਦਗੀ ਨੂੰ ਆਸਾਨ ਕਿਤਾ ਜਾਵੇ ਉਸ ਵਿੱਚ ਸੁਧਾਰ ਕਿਤੇ ਜਾਣ । ਜਦੋਂ ਮੈਂ ਇੰਟਰਨੈੱਟ ਤੋਂ ਅਜਿਹੀਆਂ ਖੋਜਾਂ ਬਾਰੇ ਪੜਦਾ ਹਾਂ ਤਾਂ ਮੈਨੂੰ ਬਹੁਤ ਕੁਝ ਜਾਨਣ ਨੂੰ ਮਿਲਦਾ ਹੈ। "

ਕਲਾਸ ਰੂਮ ਵਿਚ ਬੈਠਿਆਂ ਸਾਡੀਆਂ ਗਲਾਂ ਸਾਇੰਸ ਦਾ ਰੂਪ ਲੈ ਚੁੱਕਿਆਂ ਸੀ। ਹੁਣ ਅਸੀ ਆਤਮਾਵਾਂ ਤੋਂ ਭਟਕ ਕੇ ਸਾਇੰਸ ਬਾਰੇ ਗੱਲਾਂ ਕਰਨੀਆਂ ਸ਼ੁਰੂ ਕਰ ਦਿੱਤੀਆਂ ਸੀ। ਸਾਡੀਆਂ ਸਾਇੰਸ ਦੀਆਂ ਗੱਲਾਂ ਬਹੁਤ ਲੰਮੀਆ ਚਲੀਆਂ । ਨਸੀਬ ਨੂੰ ਸਾਇੰਸ ਬਾਰੇ ਗਲਾਂ ਕਰਨ ਵਿਚ ਬਹੁਤ ਰੁੱਚੀ ਸੀ। ਮੈ ਕਿਹਾ " ਹੁਣ ਜੇ ਅਸੀ ਸਾਇੰਸ ਬਾਰੇ ਗੱਲ ਕਰ ਹੀ ਰਹੇ ਕਿਉਂ ਨਾ ਅਸੀ ਵੀ ਆਤਮਾਵਾਂ ਬਾਰੇ ਕੁੱਝ ਪਤਾ ਕਰਨ ਦੀ ਕੋਸ਼ੀਸ ਕਰੀਏ ? ਕਿਉਂ ਨਾ ਅਸੀ ਆਤਮਾਵਾਂ ਦੀ ਖੋਜ ਕਰੀਏ ਕਿ ਇਹ ਹੁੰਦੀਆਂ ਹਨ ਜਾਂ ਨਹੀ ? "

ਇਹ ਗੱਲ ਕਹਿ ਕੇ ਇੱਕ ਵਾਰੀ ਤਾਂ ਮੈਨੂੰ ਲਗੀਆ ਕਿ ਮੈਂ ਬਹੁਤ ਵੱਡੀ ਗੱਲ ਕਹਿ ਦਿਤੀ ਹੈ। ਮੇਰੇ ਦੋਸਤ ਮੇਰੇ ਵਲ ਦੇਖ ਕੇ ਹੱਸਣ ਲਗ ਪਏ ਤੇ ਕਹਿਣ ਲਗੇ " ਤੂੰ ਆਤਮਾਵਾਂ ਦੀ ਖੋਜ ਕਰੇਗਾ ਤੈਥੋਂ ਰਾਤ ਨੂੰ ਇਕਲੀਆਂ ਬਾਥਰੂਮ ਤਾਂ ਜਾਇਆ ਨੀ ਜਾਂਦਾ " ਇਹ ਗੱਲ ਕਹਿ ਕੇ ਫਿਰ ਸਾਰੇ ਹੱਸਣ ਲਗ ਪਏ ।

ਮੈਂ ਕਿਹਾ " ਯਾਰ ਅਸੀ ਚਾਰੇ ਮਿਲ ਕੇ ਇਹ ਕੰਮ ਕਰਾਂਗੇ "

ਵਿਸ਼ਾਲ ਕਹਿੰਦਾ " ਕਿ ਯਾਰ ਇਹ ਫਾਲਤੂ ਦੀਆਂ ਗੱਲਾਂ ਨੇ ਅਸੀ ਆਤਮਾਵਾਂ ਦੀ ਖੋਜ ਕਰਾਂਗੇ !! ਸਾਡੇ ਕੋਲ ਹੋਰ ਕੋਈ ਕੰਮ ਨੀ ਹੈ | ਤੁਸੀ ਪਤਾ ਕਰਕੇ ਕੀ ਕਰਨਾ ? ਜੇ ਹੁੰਦੀਆਂ ਹੀ ਨੀ ਆਤਮਾਵਾਂ "

ਪਰ ਨਸੀਬ ਨੂੰ ਮੇਰੀ ਗੱਲ ਕੁੱਝ ਸਹੀ ਲਗੀ । ਉਹ ਕਹਿੰਦਾ ਹੈ " ਹਾਂ ਅਸੀ ਕੋਸ਼ੀਸ ਕਰ ਸਕਦੇ ਹਾਂ । ਕੁਝ ਅਨੁਭਵ ਤਾਂ ਮਿਲੇਗਾ ਸਾਨੂੰ ਵੀ ਅਸੀ ਵੀ ਇਕ ਕੋਸ਼ੀਸ ਕਰਕੇ ਦੇਖ ਲੈਂਦੇ ਹਾਂ | ਇਹ 'ਚ ਤੇ ਕੋਈ ਪਰੇਸ਼ਾਨੀ ਦੀ ਗੱਲ ਨੀ ਹੈ। "

ਵਿਸ਼ਾਲ " ਯਾਰ ਨਸੀਬ ਹੁਣ ਤੂੰ ਵੀ ! ਤੈਨੂੰ ਪਤਾ ਤਾਂ ਹੈ ਅਸੀ ਤਾਂ ਫੌਜੀ ਬਨਣਾ ਹੈ। ਤੇ ਸਾਨੂੰ ਤਾਂ ਵੈਸੇ ਵੀ ਅਜਿਹੀਆਂ ਚੀਜ਼ਾਂ (ਆਤਮਾਵਾਂ) ਤੋਂ ਨਹੀ ਡਰਨਾ ਚਾਹੀਦਾ ! "

ਵਿਸ਼ਾਲ ਮੇਰੀ ਗਲ ਤੋ ਅਸਹਿਮਤ ਲਗ ਰਿਹਾ ਸੀ ਮੈਂ ਉਸਨੂੰ ਮਨਾਉਣ ਲਈ ਇਕ ਗੱਲ ਕਹੀ " ਯਾਰ ਹੁਣ ਸਾਡੀ ਟੀਮ ਵਿੱਚ ਇਕ ਜਾਂ ਦੋ ਨਿਡਰ ਬੰਦੇ ਤਾਂ ਹੋਣੇ ਚਾਹੀਦੇ ਹਨ। ਜੇ ਕਿਤੇ ਅਸੀ ਮੁਸੀਬਤ ਵਿੱਚ ਫਸ ਗਏ ਸਾਡੀ ਜਾਨ ਤਾਂ ਬਚਾ ਲਵੇ ਤੇ ਤੂੰ ਤਾਂ ਵੈਸੇ ਵੀ ਨਿਡਰ ਬੰਦਾ ਹੈ "

ਵਿਸ਼ਾਲ ਇਹ ਗੱਲ ਸੁਣ ਕੇ ਖੁਸ਼ ਹੋ ਜਾਦਾਂ ਹੈ 1 ਉਹ ਸਮਝ ਤਾਂ ਜਾਦਾ ਹੈ ਕਿ ਇਹ ਸਭ ਮੈਨੂੰ ਆਪਣੇ ਵਿੱਚ ਸ਼ਾਮਿਲ ਕਰਨ ਨੂੰ ਕਹਿ ਰਿਹਾ ਹੈ | ਪਰ ਫਿਰ ਵੀ ਉਹ ਸਾਡੀ ਟੀਮ ਵਿਚ ਸ਼ਾਮਲ ਹੋ ਜਾਦਾ ਹੈ।

ਸਮੀਰ ਵੀ ਸਹਿਮਤੀ ਪ੍ਰਗਟ ਕਰਦਾ ਹੋਇਆ ਕਹਿੰਦਾ ਹੈ " ਹਾਂ ਅਸੀ ਜਰੂਰ ਕੋਸ਼ੀਸ਼ ਕਰਾਂਗੇ | ਇਹ ਤਾਂ ਸਾਡੇ ਲਈ ਇਕ Adventure ਦੀ ਤਰਾਂ ਹੋਵੇਗਾ | ਪਰ ਅਸੀ ਇਹ ਖੋਜ ਦੀ ਸ਼ੁਰੁਆਤ ਕਿਵੇਂ ਕਰਾਂਗੇ ? ਤੁਹਾਨੂੰ ਇਸ ਬਾਰੇ ਪਤਾ ਹੈ ਕੁੱਝ ?

ਸਮੀਰ ਦੇ ਇਹ ਕਹਿਣ ਤੋਂ ਬਾਅਦ ਹੁਣ ਸਾਨੂੰ ਇਹ ਸੋਚਣਾ ਸੀ ਕਿ ਅਸੀ ਆਪਣੀ ਆਤਮਾਵਾਂ ਦੀ ਖ਼ੋਜ ਕਿਵੇਂ ਸ਼ੁਰੂ ਕਰਨੀ ਸੀ। ਅਸੀ ਕਾਫੀ ਦੇਰ ਤੱਕ ਬੈਠੇ ਇਸ ਗੱਲ ਤੇ ਹੀ ਚਰਚਾ ਕਰਦੇ ਰਹੇ । ਕਿਸੇ ਕੋਲ ਕੋਈ ਖਾਸ ਸਲਾਹ ਨਹੀ ਸੀ ਕਿ ਅਸੀਂ ਕਿਵੇਂ ਆਪਣੀ ਇਸ ਖੋਜ ਨੂੰ ਜਾਰੀ ਕਰ ਸਕਦੇ ਹਾਂ ।

ਨਸੀਬ ਕਹਿੰਦਾ ਹੈ " ਇਸ ਬਾਰੇ ਸੋਚ ਕੇ ਗੱਲ ਕਰਾਂਗੇ ਜਾਂ ਅਸੀ ਇਕ ਕੰਮ ਕਰਦੇ ਹਾਂ ਐਂਤਵਾਰ ਨੂੰ ਛੁੱਟੀ ਦੇ ਦਿਨ ਮਿਲਦੇ ਹਾਂ ਪਿੰਡ ਦੀ ਸ਼ਾਮਲਾਟ ਤੇ ਉਥੇ ਬੈਹ ਕੇ ਗੱਲ ਕਰਾਂਗੇ "

ਸਾਡੀ ਸਾਰੀਆਂ ਦੀ ਹਾਂ ਸੀ । ਅਸੀ ਤਿਆਰ ਸੀ ਐਂਤਵਾਰ ਨੂੰ ਸ਼ਾਮਲਾਟ ਤੇ ਮਿਲਣ ਨੂੰ। ਇਸ ਜਗਿਆਸ਼ਾ ਵਿਚ ਮੈਂ ਹੋਰ ਵੀ ਜਿਆਦਾ ਸੋਚਣ ਲਗ ਗਿਆ ਸੀ ਕਿ ਹੁਣ ਅਸੀ ਆਪਣੀ ਖ਼ੋਜ ਦੀ ਸ਼ੁਰੂਆਤ ਕਰਾਂਗੇ ਕਿਵੇਂ ? ਮੇਰੇ ਮਨ ਵਿੱਚ ਬਹੁਤ ਤਰਾਂ ਦੇ ਸਵਾਲ ਤੇ ਬਹੁਤ ਤਰਾਂ ਦੇ ਵਿਚਾਰ ਸੀ। ਮੈਨੂੰ ਆਪਣੇ ਸਵਾਲਾਂ ਦਾ ਜਵਾਬ ਚਾਹੀਦਾ ਸੀ । ਤੇ ਹੁਣ ਤਾਂ ਮੇਰੇ ਦੋਸਤ ਵੀ ਮੇਰੇ ਨਾਲ ਸੀ। ਨਸੀਬ ਜਿਹੜੀ ਮਹਿਲਾ ਦੀ ਗੱਲ ਕਰ ਰਿਹਾ ਸੀ ਜਦੋਂ ਮੈਂ ਉਸ ਬਾਰੇ ਇੰਟਰਨੈਂਟ ਤੋਂ ਪੜਿਆ ਤਾਂ ਮੈਨੂੰ ਪਤਾ ਲਗੀਆ ਕਿ ਸਪੈਨਿਸ਼ ਖਿਲਾੜੀ ਮਹਿਲਾ ਜਿਸ ਦਾ ਨਾਂ ਫਲਾਮਿਨੀ (Beatr|z Flam|n|) ਸੀ । ਜਿਸ ਨੇ 500 ਦਿਨ ਇਕਲੀਆਂ ਇਕ ਗੁਫ਼ਾ ਵਿੱਚ ਬਤੀਤ ਕਿਤੇ ਸੀ ਵਿਗਿਆਨੀਆਂ ਦੀ ਟੀਮ ਦੀ ਦੇਖ - ਰੇਖ ਅੰਦਰ । ਇਨਸਾਨੀ ਦਿਮਾਗ ਦੀ ਪੜਤਾਲ ਕਰਨ ਲਈ। ਉਸ ਮਹਿਲਾ ਨੇ ਇਕ ਵਲਡ ਰਿਕਾਰਡ ਬਣਾਈਆ ਸੀ। ਜੋ ਇਕ ਬਹੁਤ ਵੱਡੀ ਗੱਲ ਸੀ ਕਿ ਇਕਲੀਆਂ 500 ਦਿਨ ਇਕ ਅੰਧੇਰੀ ਗੁਫਾ ਵਿੱਚ ਬਿਤਾਉਣਾ 1

ਗੁਫਾ ਵਿੱਚ ਫਲੈਮਿਨੀ ਦੇ ਮਹੀਨੇ ਚੁੱਪ ਅਤੇ ਇਕਾਂਤ ਵਿੱਚ ਬਿਤੇ - ਪਰ ਰਿਮੋਟ ਨਿਗਰਾਨੀ ਤੋਂ ਬਿਨਾਂ ਨਹੀਂ।

(ਤੁਸੀ ਇਸ ਬਾਰੇ Google ਕਰਕੇ ਹੋਰ ਵਧੇਰੇ ਜਾਣਕਾਰੀ ਲੈ ਸਕਦੇ ਹੋ)

ਵਿਗਿਆਨ ਦੀ ਹਮੇਸਾਂ ਇਕ ਕੋਸ਼ੀਸ ਰਹਿੰਦੀ ਹੈ ਕਿ ਇਕ ਸਾਫ ਤੇ ਸਹੀ ਜਾਣਕਾਰੀ ਵਿਅਕਤੀ ਤੱਕ ਪਹੁੰਚੇ। ਮੈ ਨਸੀਬ ਦੀ ਗਲਾਂ ਤੋਂ ਪ੍ਰਭਾਵਿਤ ਹੋ ਕੇ ਇਸ ਬਾਰੇ ਹੋਰ ਜਾਨਣਾ ਚਾਹੁੰਦਾ ਸੀ । ਮੈਨੂੰ ਵੀ ਸਚਾਈ ਦਾ ਉਦੋਂ ਹੀ ਪਤਾ ਲਗੇਗਾ ਜਦੋਂ ਤੱਕ ਮੈ ਖੁਦ ਕੁਝ ਅਨੁਭਵ ਨਾਂ ਕਰ ਲਵਾਂ ! ਮੈਂ ਹਮੇਸ਼ਾ ਸੋਚਦਾ ਸੀ ਕਿ ਜੇ ਕਿਤੇ ਮੇਰੇ ਤੇ ਇਦਾਂ ਦੇ ਕੋਈ ਹਾਲਾਤ ਹੋ ਗਏ ਕਿ ਮੈਂ ਕਿਤੇ ਇੱਕਲਾ ਫਸ ਜਾਵਾਂ ਤਾਂ ਮੇਰੇ ਨਾਲ ਕਿ ਹੋਵੇਗਾ ? ਇਹ ਸਭ ਦਿਮਾਗ ਵਿਚ ਚੱਲਦਾ ਹੀ ਰਹਿੰਦਾ ਸੀ।

ਅਸੀ ਸਕੂਲ ਤੋਂ ਛੁੱਟੀ ਹੋਣ ਤੋਂ ਬਾਅਦ ਆਪਣੇ - ਆਪਣੇ ਘਰ ਚਲੇ ਗਏ । ਮੈਨੂੰ ਤਾਂ ਐਤਵਾਰ ਦਾ ਇੰਤਜ਼ਾਰ ਸੀ ਕਦੋਂ ਛੁੱਟੀ ਹੋਵੇ ਤੇ ਅਸੀਂ ਆਪਣੀ ਖ਼ੋਜ ਦੀ ਸ਼ੁਰੂਆਤ ਕਰ ਸਕੀਏ ? ਮੈਂ ਸੋਚ ਰਿਹਾ ਸੀ ਕਿ ਮੈਂ ਕੁਝ ਅਨੁਭਵ ਕਰਾਂ ਪਰ ਮੇਰਾ ਡਰ ਮੇਰੀ ਹਿੰਮਤ ਤੋੜ ਦਿੰਦਾ ਸੀ । ਮੈਂ ਵੀ ਦੇਖਣਾ ਚਾਹੁੰਦਾ ਸੀ ਕਿ ਭੂਤ ਦਿਖਣ ਤੋਂ ਬਾਅਦ ਕਿੱਦਾਂ ਲੱਗਦਾ ਹੈ ? ਤੇ ਕੀ ਹੁੰਦਾ ਹੈ ? ਇਹ ਸਭ ਮੇਰੇ ਦਿਮਾਗ ਵਿੱਚ ਚੱਲ ਰਿਹਾ ਸੀ ਪਰ ਮੈਨੂੰ ਕੋਈ ਅੰਦਾਜਾ ਨਹੀਂ ਸੀ ਕਿ ਅੱਗੇ ਮੇਰੇ ਨਾਲ ਕੀ ਹੋਣ ਵਾਲਾ ਹੈ।

ਉਸੇ ਦਿਨ ਫਿਰ ਹੁੰਦਾ ਕਿ ਹੈ ਕਿ ਮੈਂ ਸ਼ਾਮ ਵੇਲੇ ਮੈਂ ਘਰ ਦੀ ਛੱਤ ਤੇ ਆਰਾਮ ਨਾਲ਼ ਬੈਠੀਆ ਹੋਈਆ ਠੰਡੀ-ਠੰਡੀ ਹਵਾ ਵਿੱਚ ਮੋਬਾਇਲ ਚਲਾ ਰਿਹਾ ਸੀ। ਥੋੜੇ ਸਮੇਂ ਵਿੱਚ ਹਨੇਰਾ ਹੋਣ ਵਾਲਾ ਸੀ। ਮੈਂ ਯੂ ਟਿਊਬ ਉੱਤੇ ਵੀਡੀਓਜ਼ ਦੇਖ ਰਿਹਾ ਸੀ। ਯੂਟਿਊਬ ਤੇ ਵੀਡੀਓਜ਼ ਦੇਖਦੇ ਸਮੇਂ ਮੇਰੇ ਸਾਹਮਣੇ ਭੂਤਾਂ ਤੇ ਆਤਮਾਵਾਂ ਦੀਆਂ ਵੀਡੀਓਜ਼ ਆਉਣ ਲੱਗ ਗਈ । ਪਹਿਲਾਂ ਤਾਂ ਮੈਂ ਸੋਚਿਆ ਕਿ ਮੈਂ ਨਹੀਂ ਦੇਖਾਂ ਮੈਨੂੰ ਬਾਅਦ 'ਚ ਡਰ ਲਗੇਗਾ ਪਰ ਮੈਂ ਆਪਣੇ ਆਪ ਨੂੰ ਰੋਕ ਨਾ ਸਕਿਆ ਤੇ ਭੂਤਾ-ਪ੍ਰੇਤਾਂ ਦੀਆਂ ਵੀਡੀਓਜ਼ ਦੇਖਣ ਲੱਗ ਗਿਆ। ਛੱਤ ਤੇ ਮੈਂ ਇਕੱਲਾ ਹੀ ਬੈਠਾ ਹੋਇਆ ਸੀ। ਮੌਸਮ ਵੀ ਠੀਕ ਸੀ। ਵੀਡੀਓਜ਼ ਦੇਖਣ ਵਿੱਚ ਮੈਂ ਮਗਨ ਹੋ ਗਿਆ। ਮੈਂ ਗੋਰ ਨਾਲ ਵੀਡੀਓਜ਼ ਨੂੰ ਦੇਖ ਰਿਹਾ ਸੀ ਨਾਲੇ ਡਰ ਵੀ ਰਿਹਾ ਸੀ। ਪਰ ਫਿਰ ਵੀ ਮੈਂ ਦੇਖਾ ਰਿਹਾ ਸੀ ।

ਸਾਡੇ ਘਰ ਦੇ ਨੇੜੇ ਇਕ ਘਰ ਸੀ। ਬਿਲਕੁਲ ਘਰ ਦੇ ਬਗਲ ਵਿੱਚ। ਉਸ ਘਰ ਦੇ ਛੱਤ ਵਾਲੇ ਕਮਰੇ ਤੋਂ ਮੈਨੂੰ ਬਹੁਤ ਡਰ ਲਗਦਾ ਸੀ। ਕਿਉਂਕਿ ਉਹ ਕਮਰਾ ਪੁਰਾਣੇ ਘਰਾਂ ਦੇ ਡਿਜ਼ਾਇਨ ਵਾਂਗੂੰ ਸੀ। ਇੰਝ ਜਾਪਦਾ ਸੀ ਕਿ ਇਸਦਾ ਕਈ ਸਾਲਾਂ ਤੋਂ ਇਸਤਮਾਲ ਹੀ ਨਾ ਕਿਤਾ ਹੋਵੇ। ਘਰ ਦੀ ਹਾਲਤ ਖ਼ਰਾਬ ਸੀ। ਰੰਗ ਫਿਕਾ ਪੈ ਗਿਆ ਸੀ। ਦਿਵਾਰਾਂ ਤੇ ਤਰੇੜਾਂ ਆਇਆਂ ਹੋਇਆਂ ਸੀ। ਤੇ ਕਮਰੇ ਵਿੱਚ ਘਰ ਦਾ ਪੁਰਾਣਾ ਸਾਮਾਨ ਰਖੀਆ ਹੋਇਆ ਸੀ। ਸਾਡੇ ਘਰ ਦੀ ਛੱਤ ਤੋਂ ਉਹ ਕਮਰਾ ਬਿਲਕੁਲ ਸਾਫ਼ ਦਿਖਾਈ ਦਿੰਦਾ ਸੀ। ਕਮਰੇ ਵਿੱਚ ਇੱਕ ਬਲਬ ਲਟਕਿਆ ਹੋਇਆ ਸੀ। ਜਿਸ ਦੀ ਰੋਸ਼ਨੀ ਜਿਆਦਾ ਨਹੀ ਸੀ। ਰਾਤ ਦੇ ਸਮੇਂ ਤਾਂ ਉਥੇ ਦੇਖਣ 'ਚ ਹੀ ਡਰ ਲੱਗਦਾ ਸੀ। ਇਵੇਂ ਲੱਗਦਾ ਸੀ ਕਿ ਬਹੁਤ ਸਾਲਾਂ ਤੋਂ ਇੱਥੇ ਕੋਈ ਆਇਆ ਹੀ ਨਾ ਹੋਵੇ।

ਮੋਬਾਇਲ ਦੇਖਦੇ ਸਮੇਂ ਮੇਰੀ ਨਜ਼ਰ ਉਸ ਕਮਰੇ ਤੇ ਪਈ। ਹਲਕਾ ਹਲਕਾ ਹਨੇਰਾ ਹੁੰਦਾ ਜਾ ਰਿਹਾ ਸੀ। ਜਦੋਂ ਮੈਂ ਉਸ ਕਮਰੇ ਵੱਲ ਵੇਖਿਆ ਤਾਂ ਕਮਰੇ ਵਿੱਚ ਇੱਕ ਔਰਤ ਆਉਂਦੀ ਹੈ ਤੇ ਅੰਦਰ ਜਾਉਣ ਲਈ ਦਰਵਾਜ਼ਾ ਖੋਲਦੀ ਹੈ। ਮੈਂ ਪੂਰੀਆਂ ਨਜ਼ਰਾਂ ਟਿਕਾਅ ਕੇ ਉਸ ਵੱਲ ਹੀ ਦੇਖ ਰਿਹਾ ਸੀ। ਉਹ ਔਰਤ ਸਾਫ਼ ਦਿਖਾਈ ਨਹੀਂ ਦੇ ਰਹੀ ਸੀ। ਉਹ ਹੈ ਤਾਂ ਸਾਡੇ ਹੀ ਪੜੋਸੀ ਸੀ ਪਰ ਛੱਤ ਉਤੇ ਬਹੁਤ ਘੱਟ ਆਉਂਦੇ ਸੀ। ਉਹਨਾਂ ਦੇ ਬੱਚੇ ਵੀ ਉਸ ਘਰ ਦੀ ਛੱਤ ਤੇ ਨਹੀ ਆਉਂਦੇ ਸੀ। ਜਦੋਂ ਅਸੀ ਬੱਚਿਆਂ ਤੋਂ ਇਸ ਦਾ ਕਾਰਨ ਪੁਛਦੇ ਸੀ ਤਾਂ ਉਹ ਦਸਦੇ ਸਨ ਕਿ " ਅਸੀ ਰਾਤ ਤੇ ਦੁਪਹਿਰ ਵੇਲੇ ਘਰ ਦੀ ਛੱਤ ਤੇ ਨਹੀ ਆਉਂਦੇ ਕਿਉਂਕਿ ਮੇਰੀ ਦਾਦੀ ਜੀ ਸਾਨੂੰ ਕਹਿੰਦੀ ਹੈ ਕਿ ਜਦੋਂ ਅਸੀ ਰਾਤ ਨੂੰ ਸੌਂਦੇ ਹਾਂ ਤਾਂ ਸਾਨੂੰ ਸਾਡੇ ਛੱਤ ਵਾਲ਼ੇ ਕਮਰੇ ਤੋਂ ਕਿਸੇ ਵਿਅਕਤੀ ਦੇ ਪੈਰਾਂ ਦੀ ਆਵਾਜ਼ ਸੁਣਾਈ ਦਿੰਦੀ ਹੈ। " ਉਹ ਤਾਂ ਇਹ ਤੱਕ ਕਹਿ ਦਿੰਦੇ ਸੀ ਕਿ ਸਾਡੇ ਛੱਤ ਵਾਲੇ ਕਮਰੇ ਵਿੱਚ ਕੋਈ ਆਤਮਾ ਰਹਿੰਦੀ ਹੈ। ਉਹ ਕਮਰਾ ਸੱਚੀ ਦੇਖਣ ਵਿੱਚ ਪੁਰਾਣੀ ਫ਼ਿਲਮਾਂ ਦੀ ਡਰਾਂ ਡਰਾਵਨਾ ਸੀ।

ਤੇ ਜਦੋਂ ਉਹ ਔਰਤ ਉਸ ਛੱਤ ਤੇ ਆਈ ਤੇ ਉਸਨੇ ਕਮਰਾ ਖੋਲਿਆ ਤਾਂ ਮੈਂ ਉਸਨੂੰ ਗੌਰ ਨਾਲ਼ ਦੇਖ ਰਿਹਾ ਸੀ। ਕਿਉਂਕਿ ਮੈਂ ਦੇਖਣਾ ਚਾਹੁੰਦਾ ਸੀ ਕਿ ਉਹ ਕਮਰੇ ਵਿਚ ਕਰਨ ਕਿ ਆਈ ਹੈ। ਮੇਰਾ ਧਿਆਨ ਮੋਬਾਇਲ ਤੋਂ ਹੱਟ ਕੇ ਹੁਣ ਉਸ ਔਰਤ ਤੇ ਹੀ ਸੀ। ਤੇ ਹੋਇਆ ਕਿ ਇਕਦਮ ਉਸ ਔਰਤ ਨੇ ਮੇਰੇ ਵੱਲ ਗਰਦਨ ਘੁੰਮਾਂ ਕੇ ਦੇਖਿਆਂ ਤਾਂ ਮੈਂ ਹੈਰਾਨ ਰਹਿ ਗਿਆ ਤੇ ਮੈਂ ਆਪਣੀ ਨਜ਼ਰਾਂ ਨਿਚੇ ਕਰ ਲਈਆਂ। ਕੁੱਝ ਕੁ ਸਮੇਂ ਬਾਅਦ ਮੈਂ ਦੁਬਾਰਾ ਕਮਰੇ ਵੱਲ ਦੇਖਿਆ ਤਾਂ ਉਹ ਔਰਤ ਹੁਣ ਵੀ ਮੇਰੇ ਵੱਲ ਹੀ ਦੇਖ ਰਹੀ ਸੀ। ਮੈਂ ਡਰ ਗਿਆ ਕਿ ਇਹ ਮੇਰੇ ਵੱਲ ਕਿਉਂ ਦੇਖੀਂ ਜਾ ਰਹੀ ਹੈ। ਮੈਂ ਹੈਰਾਨ ਪ੍ਰੇਸ਼ਾਨ ਮੋਬਾਇਲ ਵੱਲ ਦੇਖਣ ਲਗ ਗਿਆ। ਉਥੇ ਬੈਠੇ ਨੂੰ ਮੈਨੂੰ ਘਬਰਾਹਟ ਮਹਿਸੂਸ ਹੋਣ ਲਗੀ। ਮੈਨੂੰ ਕੁਝ ਸਮਝ ਨਹੀ ਆ ਰਿਹਾ ਕਿ ਮੈਂ ਕਿ ਕਰਾਂ ? ਮੈਂ ਡਰ ਰਿਹਾ ਸੀ। ਮੇਰੇ ਵਿਚ ਇੰਨੀ

ਵੀ ਹਿੰਮਤ ਨਹੀ ਸੀ ਹੋ ਰਹੀ ਕਿ ਮੈਂ ਗਰਦਨ ਉਪਰ ਚੁਕ ਕੇ ਉਸ ਕਮਰੇ ਵਲ ਦੇਖਾਂ। ਫਿਰ ਵੀ ਮੈਂ ਉਸ ਕਮਰੇ ਵੱਲ ਵੇਖਿਆ ਤਾਂ ਹੁਣ ਵੀ ਉਹ ਔਰਤ ਦਰਵਾਜ਼ੇ ਕੋਲ ਖੜੀ ਮੇਰੇ ਵਲ ਹੀ ਦੇਖ ਰਹੀ ਸੀ। ਇੰਝ ਲਗ ਰਿਹਾ ਸੀ ਕਿ ਉਥੇ ਹੀ ਜੰਮ ਗਈ ਹੋਵੇ। ਮੈਂ ਸੋਚ ਰਿਹਾ ਕਿ ਅੱਜ ਇਸਨੂੰ ਕਿ ਹੋ ਗਿਆ ਹੈ। ਇਕ ਤਾਂ ਹਨੇਰਾ ਹੋ ਗਿਆ ਸੀ। ਮੈਂ ਛੱਤ ਤੇ ਇਕੱਲਾ ਸੀ ਤੇ ਦੂਜਾ ਉਸ ਔਰਤ ਨੂੰ ਪਤਾ ਨਹੀਂ ਕੀ ਨਜ਼ਰ ਆ ਰਿਹਾ ਸੀ ਨਾਂ ਕਮਰੇ ਦੇ ਅੰਦਰ ਜਾ ਰਹੀ ਸੀ ਨਾ ਹੀ ਹੋਰ ਕੁੱਝ ਕਰ ਰਹੀ ਸੀ। ਬਸ ਮੇਰੇ ਵਲ ਹੀ ਦੇਖੀ ਜਾ ਰਹੀ ਸੀ। ਮੈਂ ਤਾਂ ਸਚੀ ਹੈਰਾਨ ਸੀ ਤੇ ਸੋਚ ਰਿਹਾ ਸੀ ਕਿ ਇਹ ਹੈ ਕਿ ? ਮੈਂ ਉੱਥੇ ਰੁਕਣਾ ਸਹੀ ਨਾ ਸਮਝੀਆ ਤੇ ਝਟਪਟ ਨੀਚੇ ਚਲਾ ਗਿਆ। ਮੈਂ ਸੋਚ ਰਿਹਾ ਸੀ ਕਿ ਜੇ ਥੋੜਾ ਸਮਾਂ ਹੋਰ ਉਥੇ ਰੁਕ ਜਾਂਦਾ ਤਾਂ ਪਤਾ ਨੀ ਕੀ ਹੁੰਦਾ ? ਪਰ ਮੈਨੂੰ ਵੀ ਚੈਨ ਨਹੀ ਸੀ ਆ ਰਿਹਾ ਕਿਉਕਿ ਮੈਂ ਦੇਖਣਾ ਸੀ ਕਿ ਹੁਣ ਵੀ ਉਹ ਔਰਤ ਉਥੇ ਹੀ ਜਾਂ ਨਹੀ ? ਮੈਂ ਆਪਣੇ ਭਰਾ ਦੇ ਨਾਲ ਦੁਬਾਰਾ ਛੱਤ ਤੇ ਗਿਆ ਤਾਂ ਕਮਰੇ ਵਲ ਦੇਖੀਆ ਤਾਂ ਦਰਵਾਜ਼ਾ ਖੁਲੀਆ ਹੋਈਆ ਸੀ। ਤੇ ਅੰਦਰ ਕੋਈ ਵੀ ਨਹੀ ਸੀ।

ਮੇਰਾ ਭਰਾ ਕਹਿਣ ਲਗਾ " ਕਿ ਦੇਖ ਰਿਹਾ ਹੈ ਹੁਣ ਦਸ ਤਾਂ ਦੇ ?"
ਮੈਂ ਕਿਹਾ " ਯਾਰ ਕੁਝ ਨਹੀ! ਮੈ ਕੁਝ ਜਿਆਦਾ ਹੀ ਸੋਚ ਰਿਹਾਂ ਹਾਂ |"
ਮੇਰਾ ਭਰਾ ਕਹਿਣ ਲਗਾ " ਮੈਂ ਚਲਦਾ ਹਾਂ ਤੂੰ ਦੇਖੀ ਜਾ ਇਥੇ ਆਤਮਾਵਾਂ ਨੂੰ ਰਾਤ ਨੂੰ ਇੱਥੇ ਕਮਰੇਂ ਤੋਂ ਔਰਤ ਦੇ ਝਾਂਜਰਾਂ ਦੀ ਆਵਾਜ਼ ਆਉਦੀ ਹੈ। "
ਮੇਰੇ ਭਰਾ ਦੇ ਇਨਾਂ ਕਹਿਣ ਤੋਂ ਬਾਅਦ ਮੈਨੂੰ ਇੰਨਾ ਡਰ ਲਗੀਆ ਕਿ ਮੈਂ ਉਸ ਤੋਂ ਜਿਆਦਾ ਤੇਜ਼ੀ ਨਾਲ ਛੱਤ ਤੋਂ ਥੱਲੇ ਉਤਰਿਆ। ਛੱਤ ਤੋਂ ਨਿਚੇ ਆ ਕੇ ਮੇਰਾ ਭਰਾ ਕਹਿਣ ਲਗਾ " ਹੁਣ ਕਿ ਹੋਇਆ ਤੈਨੂੰ ਦੇਖ ਕੇ ਆ ਜਾਦਾਂ ਝਾਂਜਰਾਂ ਵਾਲੀ ਨੂੰ "

ਮੈ ਕਿਹਾ ਪਾਗਲ ਹੈ ਤੂੰ ਤੈਨੂੰ ਕੁਝ ਪਤਾ ਵੀ ਹੈ? ਮੇਰੇ ਨਾਲ ਹੋਈਆ ਕਿ ਹੈਂ?

ਮੇਰਾ ਭਰਾ ਮੇਰੀ ਗੱਲ ਨੂੰ ਮਜ਼ਾਕ ਸਮਝ ਰਿਹਾ ਸੀ। ਪਰ ਮੈਨੂੰ ਹੀ ਪਤਾ ਸੀ ਕਿ ਉਹ ਪਲ਼ ਮੇਰੇ ਲਈ ਕਿੰਨਾ ਡਰਾਵਣਾ ਸੀ।

ਰਾਜ਼ਾਂ ਦੇ ਖੋਜੀ

ਅਗਲੇ ਦਿਨ ਮੇਰੇ ਨਾਲ ਹੋਈ ਛੱਤ ਵਾਲੀ ਘਟਨਾ ਮੈਂ ਆਪਣੇ ਦੋਸਤਾਂ ਨੂੰ ਸੁਣਾਉਂਦਾ ਹਾਂ ਤਾਂ ਉਹ ਵੀ ਇਸ ਗੱਲ ਨੂੰ ਮਜ਼ਾਕ ਹੀ ਸਮਝ ਰਹੇ ਸੀ । ਪਰ ਮੈਨੂੰ ਇਹ ਲਗ ਰਿਹਾ ਸੀ ਕਿ ਕੁੱਝ ਗਲ ਤੇ ਜਰੂਰ ਸੀ ਉਸਦੇ ਇੰਝ ਇਕੋ ਮਾਰ ਮੈਨੂੰ ਦੇਖਣ ਵਿੱਚ । ਮੈਂ ਆਪਣਾ ਮਨ ਸਮਝਇਆ ਤੇ ਆਪਣੇ ਦੋਸਤਾ ਨਾਲ ਆਪਣੀ ਟੀਮ ਬਾਰੇ ਗਲਾਂ ਕਰਨ ਲਗ ਗਿਆ ।

ਦਿਨ ਪ੍ਰਤੀ ਦਿਨ ਮੇਰੀ ਜਗਿਆਸਾ ਵਧਦੀ ਹੀ ਜਾ ਰਹੀ ਸੀ। ਜਿਵੇਂ-ਜਿਵੇਂ ਮੈਂ ਇਹਨਾਂ ਭੂਤਾਂ- ਪ੍ਰੇਤਾਂ ਦੀਆਂ ਗੱਲਾਂ ਸੁਣਦਾ ਜਾ ਰਿਹਾ ਸੀ। ਮੇਰਾ ਇਹਨਾਂ ਤੇ ਵਿਸਵਾਸ਼ ਬਹੁਤ ਗਹਿਰਾ ਹੁੰਦਾ ਜਾ ਰਿਹਾ ਸੀ। ਮੈਂ ਉਮਰ ਵਿੱਚ ਤਾਂ ਵੱਡਾ ਹੋ ਰਿਹਾ ਸੀ ਪਰ ਮਨ ਵਿਚ ਡਰ ਤੇ ਸਵਾਲ ਵੀ ਬਹੁਤ ਸੀ ।ਆਤਮਾਵਾਂ ਭੂਤਾਂ - ਪ੍ਰੇਤਾਂ ਬਾਰੇ ਜਾਨਣ ਦੀ ਜਗਿਆਸਾ ਵੀ ਬਹੁਤ ਜ਼ਿਆਦਾ ਸੀ । ਹੁਣ ਤਾਂ ਮੇਰੇ ਦੋਸਤ ਵੀ ਮੇਰੇ ਨਾਲ ਇਹਨਾਂ ਬਾਰੇ ਜਾਣਨਾ ਚਾਹੁੰਦੇ ਸੀ। ਅਸੀਂ ਇਸ ਲਈ ਬਹੁਤ ਉਤਸ਼ਾਹਿਤ ਸੀ।

ਅਸੀ ਚਾਰੇ ਦੋਸਤ ਸਲਾਹ ਕਰਕੇ ਇਕ ਟੀਮ ਬਣਾਉਂਦੇ ਹਾਂ । ਜਿਸ ਦਾ ਨਾਂ ਅਸੀ (Ghost investigation Team) ਰੱਖਦੇ ਹਾਂ ਤੇ ਕੰਮ ਸ਼ੁਰੂ ਕਰ ਦਿੰਦੇ ਹਾਂ । ਉਸ ਦਿਨ ਅਸੀ ਸਕੂਲ ਵਿਚ ਹੀ ਬੈਠੇ ਸੀ।

ਅਸੀ ਅੱਧੀ ਛੁੱਟੀ ਵੇਲੇ ਆਪਣੀ ਟੀਮ ਦੇ ਕੰਮ ਬਾਰੇ ਗੱਲਾਂ ਕਰਨ ਕਰ ਰਹੇ ਸੀ। ਬਾਕਿ ਹੋਰ ਬੱਚੇ ਆਪਣੀਆਂ ਖੇਡਾਂ ਖੇਡ ਰਹੇ ਸੀ। ਤੇ ਅਸੀ ਚਾਰੋਂ ਦੋਸਤ ਇੱਕ ਥਾਂ ਤੇ ਬੈਠੇ ਆਪਣੀਆਂ ਸਲਾਹਾਂ ਕਰ ਰਹੇ ਸੀ।

ਮੈਂ ਆਪਣੇ ਦੋਸਤਾਂ ਨੂੰ ਕਹਿੰਦਾਂ ਹਾਂ ਕਿ " ਆਪਾਂ ਸ਼ਾਮ ਵੇਲੇ ਇੱਕਠੇ ਹੋ ਕੇ ਪਿੰਡ ਦੀ ਇੱਕ ਅਜਿਹੀ ਥਾਂ ਤੇ ਜਾਵਾਗੇਂ ਜੋ ਕਿ ਸਭ ਤੋਂ ਵੱਧ ਡਰਾਵਨੀ ਹੈ। ਅਤੇ ਜਿਸ ਬਾਰੇ ਸਭ ਤੋਂ ਜਿਆਦਾ ਗੱਲਾਂ ਪਿੰਡ ਵਿੱਚ ਲੋਕੀ ਕਰਦੇ ਨੇ "

ਨਸੀਬ ਕਹਿੰਦਾ ਹੈ " ਹਾਂ ਜਰੂਰ ਪਹਿਲਾਂ ਪਤਾ ਕਰ ਲਈਏ ਪਿੰਡ ਦੀ ਕਿਸ ਥਾਂ ਬਾਰੇ ਲੋਕੀ ਜ਼ਿਆਦਾ ਗਲਾਂ ਕਰਦੇ ਨੇ? ਤੇ ਕਿਹੜੀ ਸਭ ਤੋਂ ਵੱਧ ਡਰਾਵਣੀ ਹੈ। "

ਥੋੜਾ ਸਮਾਂ ਸੋਚਣ ਤੇ ਸਮੀਰ ਸਾਨੂੰ ਕਹਿੰਦਾ ਹੈ ਕਿ " ਉਹ ਥਾਂ ਠੀਕ ਰਹੇਗੀ ਜਿੱਥੇ ਲੋਕ ਕਹਿੰਦੇ ਨੇ ਕਿ ਉਥੇ ਜਿੰਨ੍ਹ ਰਹਿੰਦਾ ਹੈ। "

ਸਮੀਰ ਸਾਡੇ ਪਿੰਡ ਦੇ ਇੱਕ ਪੁਰਾਣੇ ਮਕਾਨ ਬਾਰੇ ਗੱਲ ਕਰ ਰਿਹਾ ਸੀ। ਉਹ ਥਾਂ ਦੇਖਣ 'ਚ ਤਾਂ ਡਰਾਵਣੀ ਲੱਗਦੀ ਹੀ ਸੀ ਤੇ ਹੈ ਵੀ ਬਹੁਤ ਪੁਰਾਣੀ ਸੀ। ਸਾਡੇ ਪਿੰਡ ਵਿੱਚ ਉਸ ਥਾਂ ਬਾਰੇ ਬਹੁਤ ਗੱਲਾਂ ਪ੍ਰਚਲੀਤ ਸਨ। ਗਲਾਂ ਹੀ ਸੁਣਨ ਵਿੱਚ ਆਉਂਦੀਆਂ ਸੀ ਸੱਚ ਦਾ ਕਿਸੇ ਨੂੰ ਵੀ ਨਹੀ ਪਤਾ ਸੀ | ਪਤਾ ਸੀ ਤਾਂ ਸਿਰਫ ਉੱਥੇ ਰਹਿਣ ਵਾਲੇ ਲੋਕਾਂ ਨੂੰ ਬਾਕੀ ਤਾਂ ਡਰਾਉਣ ਲਈ ਗਲਾਂ ਹੀ ਮਾਰਦੇ ਸੀ।

ਅਸਲ 'ਚ ਉਥੇ ਇੱਕ ਪੁਰਾਣਾ ਮਕਾਨ ਸੀ। ਜਿਸ ਵਿਚ ਇਕ ਪਰਿਵਾਰ ਰਹਿੰਦਾ ਸੀ। ਪਰਿਵਾਰ ਵਿੱਚ ਦੋ ਭਰਾ ਸੀ। ਵੱਡੇ ਭਰਾ ਦਾ ਨਾਂ ਵਿਕਰਮ ਸੀ ਤੇ ਛੋਟੇ ਦਾ ਨਾਂ ਸੁਰਜੀਤ ਸਿੰਘ ਸੀ । ਸੁਰਜੀਤ ਦਿੱਲੀ ਵਿੱਚ ਰਹਿੰਦਾ ਸੀ । ਉਹ ਆਪਣੇ ਪੁਰਾਣੇ ਘਰ ਵਿੱਚ ਬਹੁਤ ਘੱਟ ਆਉਂਦਾ ਸੀ। ਪੇਸ਼ੇ ਤੋਂ ਉਹ ਵਕੀਲ ਸੀ। ਉਹ ਦਿੱਲੀ ਰਹਿੰਦਾ ਸੀ ਤੇ ਉੱਥੇ ਹੀ ਉਸਦਾ ਵਿਆਹ ਹੋ ਗਿਆ ਸੀ ਤੇ ਉਹ ਉੱਥੇ ਹੀ ਜਾ ਕੇ ਵੱਸ ਗਿਆ ਸੀ। ਉਹ ਦਿੱਲੀ ਕਿਉਂ ਗਿਆ ਤੇ ਆਪਣੇ ਪਰਿਵਾਰ ਵਿੱਚ ਕਿਉਂ ਨੀ ਰਹਿੰਦਾ ਸੀ ? ਇਸ ਬਾਰੇ ਵੀ ਬਹੁਤ ਗੱਲਾਂ ਨੇ ਤੁਸੀ ਅੱਗੇ ਕਹਾਣੀ ਵਿਚ ਜਾਣ ਲਓਗੇ ।

ਉਸ ਘਰ ਵਿੱਚ ਵਿਕਰਮ , ਉਸਦੀ ਪਤਨੀ ਤੇ ਮਾਤਾ -ਪਿਤਾ ਰਹਿੰਦੇ ਸੀ । ਪਿੰਡ ਦੇ ਬਾਹਰਲੇ ਪਾਸੇ ਉਹ ਮਕਾਨ ਸੀ। ਉਹ ਮਕਾਨ ਬਿਲਕੁਲ ਪੁਰਾਣੇਂ ਸਮੇਂ ਦੇ ਮਕਾਨਾਂ ਵਰਗਾ ਸੀ। ਪੁਰਾਣੇ ਸਮੇਂ ਦਾ ਹੀ ਰੰਗ ਉਸ ਮਕਾਨ ਤੇ ਸੀ। ਮਕਾਨ ਦੇ ਨੇੜੇ ਜਿਆਦਾ ਘਰ ਨਹੀ ਸੀ । ਇਕ ਦੋ ਹੀ ਘਰ ਸੀ । ਬਾਕੀ ਥਾਂ ਸਾਰੀ ਖੁੱਲੀ ਪਈ ਸੀ । ਉਸ ਮਕਾਨ ਦੇ ਅੱਗੇ ਇੱਕ ਛੋਟਾ ਜਿਹਾ ਖਾਲੀ ਮੈਦਾਨ ਸੀ। ਜਿੱਥੇ ਪਿੱਪਲ ਅਤੇ ਹੋਰ ਕਈਂ ਤਰਾਂ ਦੇ ਦਰੱਖਤ ਲੱਗੇ ਹੋਏ ਸੀ। ਸ਼ਾਮ ਦੇ ਸਮੇਂ ਅਕਸਰ ਪਿੰਡ ਦੇ ਬੱਚੇ ਉੱਥੇ ਖੇਡਣ ਆਉਂਦੇ ਸੀ। ਅਸੀ ਵੀ ਜਦੋਂ ਛੋਟੇ ਹੁੰਦੇ ਸੀ ਤਾਂ ਉੱਥੇ ਹੀ ਖੇਡਦੇ ਹੁੰਦੇ ਸੀ।

ਉਸ ਘਰ ਤੇ ਪਰਿਵਾਰ ਬਾਰੇ ਲੋਕ ਤਰਾਂ-ਤਰਾਂ ਦੀਆਂ ਗੱਲਾਂ ਕਰਦੇ ਸੀ। ਕਈ ਬੱਚਿਆਂ ਦੇ ਘਰਦੇ ਤਾਂ ਆਪਣੇ ਬੱਚਿਆਂ ਨੂੰ ਸ਼ਾਮ ਵੇਲੇ ਜਾਂ ਦੁਪਹਿਰ ਵੇਲੇ ਉੱਥੇ ਖੇਡਣ ਤੇ ਬੈਠਣ ਤੋਂ ਵੀ ਇਨਕਾਰ ਕਰ ਦਿੰਦੇ ਸੀ।

ਅਸੀ ਚਾਰੇ ਦੋਸਤ ਬੈਹ ਕੇ ਗੱਲ ਕਰ ਰਹੇ ਸੀ ਕਿਉਂ ਨਾ ਅਸੀ ਉਸ ਘਰ ਤੋਂ ਹੀ ਆਪਣੀ ਭੂਤਾਂ - ਪ੍ਰੇਤਾਂ ਦੀ ਖੋਜ਼ ਸ਼ੁਰੂ ਕਰੀਏ ! ਸਾਨੂੰ ਸਾਰਿਆਂ ਨੂੰ ਲੱਗਦਾ ਸੀ ਕਿ ਉਹ ਸਾਡੇ ਪਿੰਡ ਦਾ ਸਭ ਤੋਂ ਡਰਾਉਣਾ ਘਰ ਹੈ ਤੇ ਉਹ ਸਭ ਤੋਂ ਪੁਰਾਣਾ ਵੀ ਸੀ ਸਾਰੇ ਇਸ ਗੱਲ ਲਈ ਤਿਆਰ ਹੋ ਗਏ । ਮਨ ਵਿਚ ਇੱਕ ਉਤਸ਼ਾਹ ਸੀ।

ਸ਼ਮੀਰ ਕਹਿੰਦਾ ਹੈ ਕਿ " ਸ਼ਾਮ ਵੇਲੇ ਉੱਥੇ ਹੀ ਮਿਲ਼ਦੇ ਹਾਂ। " ਸਾਰਿਆਂ ਨੇ ਹਾਂ ਕਰਦੀ ਦਿੱਤੀ । ਅੱਧੀ ਛੁੱਟੀ ਦਾ ਸਮਾਂ ਵੀ ਪੂਰਾ ਹੋ ਚੁੱਕਿਆ ਸੀ। ਅਸੀ ਜਮਾਤ ਵਿੱਚ ਚਲੇ ਗਏ । ਹੁਣ ਅਸੀ ਸ਼ਾਮ ਵੇਲੇ ਉਥੇ ਮਿਲਣਾ ਸੀ।

ਫਿਰ ਉਸ ਦਿਨ ਹੀ ਸ਼ਾਮ ਵੇਲੇ ਅਸੀ ਚਾਰੇ ਦੋਸਤ ਪਿੰਡ ਦੀ ਉਸ ਥਾਂ ਉੱਤੇ ਇਕਠੇ ਹੋਏ। ਮੈਂ ਕਿਹਾ " ਦੱਸੋ ਹੁਣ ਕਿ ਕਰੀਏ ? ਪਹਿਲਾਂ ਤਾਂ ਇਹ ਦੱਸੋ ਕਿ ਤੁਹਾਂਨੂੰ ਇਸ ਘਰ ਬਾਰੇ ਕੀ ਕੀ ਪਤਾ ਹੈ ? "

ਪਹਿਲਾਂ ਤਾਂ ਅਸੀ ਉਸ ਘਰ ਬਾਰੇ ਸਾਰਿਆਂ ਗੱਲਾਂ ਤੇ ਕਹਾਣੀਆਂ ਜਾਣਨ ਦੀ ਕੋਸ਼ੀਸ ਕਰਦੇ ਹਾਂ ਤੇ ਬਾਅਦ ਵਿਚ ਆਪਣੀ ਖੋਜ਼ ਸ਼ੁਰੂ ਕਰਦੇ ਹਾਂ। ਜਿਵੇਂ ਜਿਵੇਂ ਅਸੀ ਅੱਗੇ ਗੱਲਾਂ ਕਰਦੇ ਹਾਂ ਤਾਂ ਕਹਾਣੀ ਹੋਰ ਵੀ ਦਿਲਚਸਪ ਹੋ ਜਾਂਦੀ ਹੈ। ਬੜੀਆਂ ਹੀ ਮਨੋਰੰਜਨ ਤੇ ਦਿਲਚਸਪ ਗੱਲਾਂ ਸਾਡੇ ਸਾਹਮਣੇ ਆਉਂਦੀਆਂ ਹਨ।

ਹੁਣ ਸ਼ਮੀਰ ਸਾਨੂੰ ਇਥੇ ਲੈ ਕੇ ਆਇਆ ਸੀ ਤੇ ਅਸੀਂ ਉਸ ਤੋਂ ਹੀ ਆਪਣੀ ਗੱਲ ਦੀ ਸ਼ੁਰੂਆਤ ਕਰਦੇ ਹਾਂ ਉਸ ਨੂੰ ਕਹਿੰਦੇ ਹਾਂ ਕਿ " ਤੂੰ ਜੋ ਕੁਝ ਵੀ ਜਾਣਦਾ ਇਸ ਘਰ ਬਾਰੇ , ਜੋ ਵੀ ਤੂੰ ਆਪਣੇ ਘਰਦਿਆਂ ਤੋਂ ਜਾਂ ਆਪਣੇ ਪਰਿਵਾਰ ਤੋਂ ਕੁੱਝ ਵੀ ਸੁਣਿਆ ਹੈ ਸਾਨੂੰ ਦੱਸ। ਤੇ ਫਿਰ ਅਸੀਂ ਤੈਨੂੰ ਦੱਸਾਂਗੇ ਜੋ ਵੀ ਸਾਨੂੰ ਪਤਾ ਹੈ "

ਉਹ ਸਾਨੂੰ ਇੱਕ ਗੱਲ ਸੁਣਾਉਂਦਾ ਹੈ। ਅਸੀਂ ਤਿਆਰ ਸੀ ਉਸਦੀ ਗੱਲ ਸੁਣਨ ਲਈ ਤੇ ਉਤਸ਼ਾਹਿਤ ਵੀ ਬਹੁਤ ਸੀ।

ਸ਼ਮੀਰ ਕਹਿੰਦਾ ਹੈ ਕਿ " ਮੈਂ ਇਸ ਘਰ ਬਾਰੇ ਕੁਝ ਗੱਲਾਂ ਸੁਣੀਆਂ ਹੋਈਆਂ ਨੇ ਪਤਾ ਨਹੀ ਹੈ ਕਿ ਉਹਨਾਂ ਵਿੱਚ ਕਿੰਨੀ ਸੱਚਾਈ ਹੈ। ਪਿੰਡ ਦੇ ਲੋਕੀਂ ਅਕਸਰ ਉਸ ਘਰ ਬਾਰੇਂ ਗਲਾਂ ਕਰਦੇ ਹੀ ਰਹਿੰਦੇ ਹਨ। ਮੈਂ ਸੁਣਿਆ ਸੀ ਕਿ ਪਹਿਲਾਂ ਇਹ ਜਿਹੜਾ ਘਰ ਹੈ ਇਸ ਵਿੱਚ ਰਹਿਣ ਵਾਲਾ ਪਰਿਵਾਰ ਬਹੁਤ ਖੁਸ਼ ਪਰਿਵਾਰ ਸੀ। ਦੋਵੇਂ ਭਰਾ ਆਪਣੇ ਪਰਿਵਾਰ ਵਿੱਚ ਖੁਸ਼ੀ ਨਾਲ ਰਹਿੰਦੇ ਸੀ। ਉਹਨਾਂ ਕੋਲ ਜ਼ਮੀਨ - ਜਾਇਦਾਦ ਵੀ ਚੰਗੀ ਸੀ। ਇੱਕ ਚੰਗਾ ਕਿਸਾਨੀ ਪਰਿਵਾਰ ਸੀ। ਵਿਕਰਮ ਦਾ ਵਿਆਹ ਹੋ ਗਿਆ ਸੀ। ਸੁਰਜੀਤ ਦਾ ਵਿਆਹ ਅੱਜੇ ਹੋਣਾ ਸੀ। ਉਹਨਾਂ ਦਾ ਪਿਓ ਰਿਟਾਇਰਡ ਫੌਜ਼ੀ ਸੀ। ਤੇ ਉਹ ਖੇਤੀ ਬਾੜੀ ਦਾ ਕੰਮ ਬਹੁਤ ਘੱਟ ਹੀ ਕਰਦਾ ਸੀ ਕਿਉਂਕਿ ਬਜ਼ੁਰਗ ਹੋ ਗਿਆ ਸੀ। ਉਸ ਨੂੰ ਤੁਰਨ ਫਿਰਨ ਵਿਚ ਪ੍ਰੇਸ਼ਾਨੀ ਸੀ। ਕਿਉਂਕਿ ਫੌਜ ਵਿੱਚ ਉਸਦੀ ਲੱਤ ਉੱਤੇ ਸੱਟ ਲਗ ਗਈ ਸੀ। ਇਸਦੇ ਬਾਵਜੂਦ ਵੀ ਉਹ ਥੋੜੇ ਬਹੁਤ ਕੰਮ ਕਰ ਲੈਂਦਾ ਸੀ। ਖੇਤੀਬਾੜੀ ਦੀ ਜ਼ਿਮੇਵਾਰੀ ਦੋਵੇਂ ਭਰਾਵਾਂ ਸੁਰਜੀਤ ਤੇ ਵਿਕਰਮ ਉੱਤੇ ਹੀ ਸੀ।

ਇੱਕ ਦਿਨ ਉਹਨਾਂ ਦਾ ਪਿਓ (ਸੇਰ ਸਿੰਘ) ਸ਼ਾਮ ਵੇਲੇ ਖੇਤਾਂ ਨੂੰ ਵੇਖਣ ਲਈ ਜਾਂਦਾ ਹੈ ਕਿ ਖੇਤ ਫ਼ਸਲ ਬੀਜਣ ਲਈ ਤਿਆਰ ਕੀਤੇ ਹੋਏ ਹਨ ਜਾਂ ਨਹੀਂ। ਖੇਤ ਪਹੁੰਚ ਕੇ ਉਹ ਦੇਖਦਾ ਹੈ ਕਿ ਖੇਤ ਵਿੱਚ ਇੱਕ ਬਬੂਲ ਦਾ ਦਰੱਖਤ ਬਹੁਤ ਵੱਡਾ ਹੋ ਗਿਆ ਸੀ। ਉਸ ਦਰੱਖਤ ਨੂੰ ਦੇਖ ਕੇ ਸੋਚਦਾ ਹੈ ਕਿ ਇਸ ਦਰੱਖਤ ਨੂੰ ਕੱਟ ਦੇਣਾ ਚਾਹੀਦਾ ਹੈ। ਐਵੇਂ ਫ਼ਾਲਤੂ ਖੇਤ ਵਿੱਚ ਥਾਂ ਘੇਰੀ ਖੜਿਆ ਹੋਇਆ ਹੈ। ਉਸਦੀ ਗੱਲ ਠੀਕ ਵੀ ਸੀ। ਦਰਖਤ ਫ਼ਾਲਤੂ ਥਾਂ ਘੇਰੀ ਖੜਿਆ ਹੋਇਆ ਸੀ।

ਉਹ ਘਰ ਵਾਪਿਸ਼ ਆਉਂਦਾ ਹੈ ਤੇ ਵਿਕਰਮ ਨੂੰ ਕਹਿੰਦਾ ਹੈ ਕਿ " ਬੇਟਾ ਉਹ ਜਿਹੜਾ ਖੇਤ ਵਿੱਚ ਬਬੂਲ ਦਾ ਦਰੱਖਤ ਵੱਡਾ ਹੋ ਗਿਆ ਹੈ ਉਸ ਨੂੰ ਹੁਣ ਵੱਡ ਦਿਓ। ਐਵੇ ਹੀ ਥਾਂ ਘੇਰੀ ਖੜਿਆ ਹੈ ਤੇ ਖੇਤ ਨੂੰ ਫ਼ਸਲ ਲਈ ਵੀ ਤਿਆਰ ਕਰਨਾ ਹੈ। " ਤਾਂ ਵਿਕਰਮ ਪਹਿਲਾਂ ਤਾਂ ਸੋਚਦਾ ਹੈ ਤੇ ਫਿਰ ਜਵਾਬ ਦਿੰਦੇ ਹੋਏ ਕਹਿੰਦਾ ਹਾਂ ਕਿ " ਜੀ ਬਾਪੂ ਜੀ ! ਮੈਂ ਆਪੇ ਦੇਖਲਾਂਗਾ ! "

ਫਿਰ ਅਗਲੇ ਦਿਨ ਦੋਵੇਂ ਭਰਾ ਸੁਰਜੀਤ ਤੇ ਵਿਕਰਮ ਖੇਤ ਵਿੱਚ ਟਰੈਕਟਰ ਲੈ ਕੇ ਜਾਂਦੇ ਹਨ ਤਾਂ ਦੇਖਦੇ ਹਨ ਕਿ ਉਸ ਬਬੂਲ ਦੇ ਦਰੱਖਤ ਦੀ ਜ਼ਰੂਰਤ ਨਹੀਂ ਸੀ। ਉਸ ਨੂੰ ਵਡਣਾ ਜ਼ਰੂਰੀ ਸੀ। ਕਿਉਂਕਿ ਉਹਨਾਂ ਨੂੰ ਆਪਣਾ ਖੇਤ ਫ਼ਸਲ ਲਈ ਤਿਆਰ ਕਰਨਾ ਸੀ। ਇਸ ਕਰਕੇ ਉਹ ਸੋਚਦੇ ਹਨ ਕਿ ਇਸਨੂੰ ਵੱਡ ਦੇਣਾ ਹੀ ਠੀਕ ਰਹੇਗਾ ।

ਉਸ ਦਿਨ ਹੀ ਰਾਤ ਨੂੰ ਦੋਵੇਂ ਭਰਾ ਸਲਾਹ ਕਰਦੇ ਹਨ ਕਿ ਆਪਾਂ ਉਸ ਦਰੱਖਤ ਨੂੰ ਕਲ ਵੱਡ ਕੇ ਖੇਤ ਨੂੰ ਵਾਹ ਦੇਵਾਂਗੇ ਨਾਲ਼ੇ ਉਸ ਵਿੱਚ ਅਸੀ ਮੱਕੀ ਬੀਜ਼ ਦੇਵਾਂਗੇ।

ਅਗਲੇ ਦਿਨ ਉਸ ਦਰੱਖਤ ਨੂੰ ਵਡਣ ਦੀ ਵਾਰੀ ਆਉਂਦੀ ਹੈਂ ਤਾਂ ਸੁਰਜੀਤ ਦੀ ਤਬੀਅਤ ਖ਼ਰਾਬ ਹੋ ਜਾਂਦੀ ਹੈ। ਤਾਂ ਉਹ ਉਸ ਦਿਨ ਦਰੱਖਤ ਨੂੰ ਕਟਣ ਲਈ ਨਹੀ ਜਾਂਦੇ। ਵਿਕਰਮ ਆਪਣੇ ਛੋਟੇ ਭਰਾ ਸੁਰਜੀਤ ਨੂੰ ਕਹਿੰਦਾ ਹੈ ਕਿ " ਤੂੰ ਆਰਾਮ ਕਰ ! ਮੈਂ ਖੇਤ ਜਾ ਕੇ ਉਸ ਦਰੱਖਤ ਨੂੰ ਵੱਡ ਦੇਵਾਂਗਾਂ "

ਸੁਰਜੀਤ ਕਹਿੰਦਾ ਹੈ ਕਿ " ਆਪਾਂ ਸ਼ਾਮ ਨੂੰ ਚਲਾਂਗੇ ਇੰਨਾ ਮੈਂ ਆਰਾਮ ਕਰਦਾ ਹਾਂ । "

ਸੁਰਜੀਤ ਤੇ ਵਿਕਰਮ ਸ਼ਾਮ ਨੂੰ ਜਾਣ ਬਾਰੇ ਸੋਚਦੇ ਹਨ । ਪਰ ਸ਼ਾਮ ਹੋਣ ਤੱਕ ਵੀ ਸੁਰਜੀਤ ਦੀ ਤਬੀਅਤ ਠੀਕ ਨਹੀ ਸੀ ਹੋਈ। ਪਰ ਖੇਤ ਚੋਂ ਉਹ ਦਰੱਖਤ ਵੱਡਣਾ ਜਰੂਰੀ ਸੀ। ਕਿਉਂਕਿ ਉਹ ਦਰਖਤ ਖੇਤ ਦਾ ਕੁੱਝ ਕੁ ਹਿੱਸਾ ਘੇਰੀ ਖੜਾ ਸੀ।

ਉਹਨਾਂ ਦਾ ਪਿਓ ਉਨਾਂ ਨੂੰ ਕਹਿੰਦਾ ਹੈ ਕਿ " ਪੁਤਰ ਛੇਤੀ ਉਸ ਦਰੱਖਤ ਨੂੰ ਵੱਡ ਦਿਓ ਆਪਾਂ ਮੱਕੀ ਬੀਜਣ ਤੋਂ ਲੇਟ ਹੋਈ ਜਾਨੇ ਆਂ। "

ਆਪਣੇ ਪਿਓ ਦੀ ਗੱਲ ਮਨ ਕੇ ਉਹ ਅਗਲੇ ਦਿਨ ਉਸ ਦਰੱਖਤ ਨੂੰ ਵੱਡਣ ਲਈ ਤਿਆਰ ਹੋ ਜਾਂਦੇ ਹਨ। ਸੁਰਜੀਤ ਦੀ ਤਬੀਅਤ ਵਿੱਚ ਵੀ ਸੁਧਾਰ ਸੀ। ਤੇ ਦੋਵੇਂ ਭਰਾ ਸਵੇਰੇ ਹੀ ਖੇਤ ਜਾਦੇ ਹਨ । ਨਾਲੇ ਕੁਹਾੜੀ ਤੇ ਹੋਰ ਸਮਾਨ ਵੀ ਨਾਲ ਆਉਂਦੇ ਹਨ। ਖੇਤ ਪਹੁੰਚ ਕੇ ਪੂਰਾ ਇਰਾਦਾ ਕਰਕੇ ਦਰਖ਼ਤ ਨੂੰ ਕਟਣਾ ਸ਼ੁਰੂ ਕਰਦੇ ਹਨ। । ਦਰਖਤ ਨੂੰ ਕਟਣਾ ਸ਼ੁਰੂ ਹੀ ਕਰਦੇ ਹਨ ਵਿਚਕਾਰ ਹੀ ਘਰ ਤੋਂ ਫ਼ੋਨ ਆਉਂਦਾ ਹੈ ਕਿ " ਉਹਨਾਂ ਦੇ ਪਿਤਾ ਜੀ ਦੀ ਅਚਾਨਕ ਤਬੀਅਤ ਖਰਾਬ ਹੋ ਗਈ ਹੈ। ਤੁਸੀਂ ਛੇਤੀ ਘਰ ਆ ਜਾਓ ।" ਸਾਰਾ ਕੁਝ ਉਥੇ ਹੀ ਛਡ ਕੇ ਉਹ ਘਰ ਚਲੇ ਜਾਦੇ ਹਨ। ਆਪਣੇ ਪਿਓ ਨੂੰ ਹਸਪਤਾਲ ਲੈ ਜਾਂਦੇ ਹਨ। ਦਰੱਖਤ ਵਡਣਾ ਦੁਬਾਰਾ ਤੋਂ ਐਵੇ ਹੀ ਰਹਿ ਜਾਂਦਾ ਹੈ।

ਸ਼ਾਮ ਨੂੰ ਆਪਣੇ ਪਿਓ ਨੂੰ ਦਵਾਈ ਦਵਾਉਣ ਤੋਂ ਬਾਅਦ ਘਰ ਲੈ ਕੇ ਆ ਜਾਂਦੇ ਹਨ। ਤੇ ਰਾਤ ਨੂੰ ਬੈਹਕੇ ਜਦੋਂ ਸਾਰੇ ਪਰਿਵਾਰ ਦੇ ਖਾਣਾ ਖਾ ਰਹੇ ਸੀ ਤਾਂ ਸੁਰਜੀਤ ਕਹਿੰਦਾ ਹੈ ਕਿ " ਜਦੋ ਵੀ ਅਸੀ ਉਸ ਦਰਖ਼ਤ ਨੂੰ ਕਟਣ ਦੀ ਕੋਸ਼ੀਸ ਕਰਦੇ ਹਾਂ ਤਾਂ ਸਾਡੇ ਪਰਿਵਾਰ ਵਿਚ ਕੋਈ ਨਾ ਕੋਈ ਪਰੇਸ਼ਾਨੀ ਆ ਜਾਦੀ ਹੈ ਆਖਿਰ ਗੱਲ ਹੈ ਕਿ "

ਤਾਂ ਫਿਰ ਵਿਕਰਮ ਬੋਲ ਪੈਂਦਾ ਹੈ। " ਇਦਾਂ ਦਾ ਕੁੱਝ ਵੀ ਨਹੀ ਹੈ ਤੂੰ ਐਵੇਂ ਨਾ ਵਹਿਮ ਕਰਿਆ ਕਰ। ਮੈ ਕਲ ਹੀ ਉਸ ਦਰਖ਼ਤ ਨੂੰ ਵਡ ਕੇ ਆਵਾਗਾਂ "

ਅਗਲੇ ਦਿਨ ਸਵੇਰੇ ਚਾਹ ਪੀ ਕੇ ਵਿਕਰਮ ਖੇਤ ਵਲ ਜਾਂਦਾ ਹੈ ਤੇ ਉਸ ਦਰਖਤ ਨੂੰ ਵਡਣ ਦਾ ਪੂਰਾ ਇਰਾਦਾ ਕਰ ਲੈਂਦਾ ਹੈ ਕਿ ਅੱਜ ਤਾਂ ਇਸ ਨੂੰ ਵੱਡ ਕੇ ਹੀ ਜਾਣਾਂ ਹੈ। ਉਸਦੇ ਨਾਲ ਸੁਰਜੀਤ ਵੀ ਤੁਰ ਪੈਂਦਾ ਹੈ ਸੁਰਜੀਤ ਡਰੀਆ ਹੋਇਆ ਕਿ ਅੱਜ ਨਾ ਕੁੱਝ ਅਨਹੋਣੀ ਨਾ ਹੋ ਜਾਵੇ। ਖੇਤ ਪਹੁੰਚ ਕੇ ਦੋਵੇਂ ਭਰਾ ਦਰਖ਼ਤ ਨੂੰ ਵਡਣਾ ਸ਼ੁਰੂ ਕਰ ਦਿੰਦੇ

ਹਨ। ਤੇ ਦੁਪਹਿਰ ਤਕ ਉਸੇ ਦਰਖਤ ਨੂੰ ਵਡ ਦਿੰਦੇ ਹਨ। ਹੁਣ ਦਰਖਤ ਤਾਂ ਵੱਡ ਦਿੱਤਾ ਸੀ ਤੇ ਵਾਰੀ ਸੀ ਉਸਦੀ ਜੜਾਂ ਦੀ ਖੁਦਾਈ ਕਰਕੇ ਜੜ ਨੂੰ ਬਾਹਰ ਕਢਣ ਦੀ ਜੋ ਕਿ ਥੋੜਾ ਮੁਸਕਿਲ ਕੰਮ ਸੀ ਪਰ ਕਰਨਾ ਜਰੂਰੀ ਸੀ। ਕਿਉਕਿ ਇਸਤੋਂ ਬਾਅਦ ਹੀ ਖੇਤ ਦੀ ਵਹਾਈ ਹੋ ਸਕਦੀ ਸੀ। ਦੁਪਹਿਰ ਹੋ ਗਈ ਸੀ ਉਹ ਦੋਵੇਂ ਭਰਾ ਦੁਪਹਿਰ ਦਾ ਖਾਣਾ ਖਾਣ ਲਈ ਘਰ ਚਲੇ ਜਾਂਦੇ ਹਨ । ਤੇ ਫਿਰ ਸ਼ਾਮ ਨੂੰ ਆ ਕੇ ਜੜਾਂ ਦੀ ਖ਼ੁਦਾਈ ਕਰਨਾ ਸ਼ੁਰੂ ਕਰਦੇ ਹਨ।

ਉਹਨਾ ਨੂੰ ਖੁਦਾਣੀ ਕਰਨ ਵਿਚ ਕਾਫੀ ਸਮਾਂ ਲਗਿਆ । ਸਮਾਂ ਜਿਆਦਾ ਹੋਣ ਕਰਕੇ ਹਨੇਰਾ ਵੀ ਹੁੰਦਾ ਜਾ ਰਿਹਾ ਸੀ। ਉਹ ਛੇਤੀ ਕੰਮ ਨਿਪਟਾਉਣ ਦੀ ਕੋਸ਼ੀਸ ਕਰ ਰਹੇ ਸੀ। ਦੋਵੇਂ ਭਰਾ ਥਕ ਵੀ ਬਹੁਤ ਗਏ ਸੀ। ਜਦੋਂ ਉਹ ਜੜਾਂ ਦੀ ਖੁਦਾਈ ਕਰ ਰਹੇ ਸੀ ਤਾਂ ਜੜਾਂ ਦੀ ਖੁਦਾਈ ਕਰਦੇ ਸਮੇਂ ਉਥੇ ਮਿਟੀ ਵਿਚੋਂ ਇਕ ਘੜਾ (ਮਿੱਟੀ ਦਾ ਬਰਤਨ) ਨਿਕਲੀਆ

ਸੁਰਜੀਤ ਤਾਂ ਉਸਨੂੰ ਦੇਖ ਕੇ ਹੈਰਾਨ ਰਹਿ ਗਿਆ। ਤੇ ਉਸਦੇ ਮੂੰਹੋ ਨਿਕਲੀਆ ਕਿ "ਇਹ ਕਿ ਚਿਜ਼ ਹੈ।"

ਸੁਰਜੀਤ ਤਾਂ ਉਸ ਘੜੇ ਨੂੰ ਵੇਖ ਕੇ ਹੈਰਾਨ ਰਹਿ ਜਾਂਦਾ ਹੈ। ਉਹ ਘੜੇ ਨੂੰ ਬਹੁਤ ਗੌਰ ਨਾਲ ਦੇਖ ਰਿਹਾ ਹੁੰਦਾ ਹੈ । ਤੇ ਮਨ ਵਿੱਚ ਸੋਚ ਰਿਹਾ ਹੁੰਦਾ ਹੈ ਕਿ ਇਹ ਹੈ ਕਿ । ਘੜੇ ਤੇ ਕਾਲੇ ਰੰਗ ਦਾ ਕਪੜਾ ਲਿਪਟੀਆ ਹੋਇਆ ਸੀ । ਤੇ ਇੰਜ ਲੱਗ ਰਿਹਾ ਸੀ ਜਿਵੇਂ ਕਈ ਸਾਲਾਂ ਤੋਂ ਇਹ ਘੜਾ ਇਥੇ ਦਫਨ ਕੀਤਾ ਹੋਵੇ । ਉਹਨਾ ਨੂੰ ਆਪਣਾ ਕੰਮ ਖਤਮ ਕਰਦੀ ਦੀ ਜਲਦੀ ਇਸੇ ਲੀ ਵਿਕਰਮ ਉਸੇ ਘੜੇ ਨੂੰ ਚੁਕ ਕੇ ਬਾਹਰ ਸਿੱਟ ਦਿੰਦਾ ਹੈ ਜਿਸ ਕਾਰਨ ਘੜਾ ਜ਼ਮੀਨ ਭੇ ਗਿਰਦੇ ਹੀ ਟੁੱਟ ਜਾਦਾ ਹੈ। ਘੜੇ ਦੇ ਅੰਦਰ ਇਕ ਚਿੱਟੇ ਕੱਪੜੇ ਨਾਲ ਬੰਨੀ ਹੋਈ ਛੋਟੀ ਜਿਹੀ ਥੈਲੀ ਨਿਕਲਦੀ ਹੈ। ਜਿਸ ਵਿੱਚ ਕੁਝ ਬੰਨੀਆ ਹੋਈਆ ਸੀ। ਵਿਕਰਮ ਤਾਂ ਘੜੇ ਨੂੰ ਸਿੱਟ ਕੇ ਆਪਣਾ ਕੰਮ ਕਰਦਾ ਰਹਿੰਦਾ ਹੈ । ਪਰ ਸੁਰਜੀਤ ਦੀ ਨਜ਼ਰ ਉਸ ਥੈਲੀ ਉਤੇ ਜਾ ਪੜਦੀ ਹੈ । ਉਸਦੇ ਮਨ ਵਿਚ ਜਗਿਆਸਾ ਹੁੰਦੀ ਹੈ ਥੈਲੀ ਨੂੰ ਖੋਲ ਕੇ ਦੇਖਣ ਦੀ। ਉਹ ਵਿਕਰਮ ਨੂੰ ਕਹਿੰਦਾ ਹੈ " ਭਰਾਵਾ ਉਹ ਦੇਖੋ ਘੜੇ ਵਿਚੋਂ ਕੁਝ ਨਿਕਲੀਆ ਹੈ " ਤਾਂ ਵਿਕਰਮ ਕਹਿੰਦਾ ਹੈ। ਬਾਅਦ ਵਿਚ ਦੇਖ ਲਈਂ ਹਾਲੇ ਕੰਮ ਖਤਮ ਕਰ ਲੈ ਹਨੇਰਾ ਹੋਈ ਜਾਂਦਾ ਏ ।

ਸੁਰਜੀਤ ਟੁਟੇ ਹੋਏ ਘੜੇ ਵੱਲ ਹੀ ਦੇਖ ਰਿਹਾ ਸੀ। ਉਸ ਤੋਂ ਰਿਹਾ ਨਹੀ ਸੀ ਜਾ ਰਿਹਾ । ਉਹ ਦੇਖਣਾ ਚਾਹੁੰਦਾ ਸੀ ਕਿ ਉਸ ਥੈਲੀ ਵਿੱਚ ਕਿ ਹੈ ? ਬਾਰ ਬਾਰ ਉਸਦਾ ਧਿਆਨ ਉਸ ਥੈਲੀ ਵੱਲ ਹੀ ਜਾ ਰਿਹਾ ਸੀ। ਪਰ ਵਿਕਰਮ ਨੂੰ ਕੰਮ ਖਤਮ ਕਰਨ ਦੀ ਕਾਹਲ਼ੀ ਸੀ ਕਿਉਂਕਿ ਹਨੇਰਾ ਹੁੰਦਾ ਜਾ ਰਿਹਾ ਸੀ। ਵਿਕਰਮ ਸੁਰਜੀਤ ਨੂੰ ਕਹਿੰਦਾ ਹੈ " ਸੁਰਜੀਤ ਯਾਰ ਛੇਤੀ ਕੰਮ ਖਤਮ ਕਰ ਘਰ ਚਲਦੇ ਆਂ ਤੈਨੂੰ ਦਿਖਦਾ ਨਹੀ ਕਿ ਹਨੇਰਾ ਹੋਣ ਵਾਲਾ ਹੈ ਕਲ ਨੂੰ ਖੇਤ ਦੀ ਵਹਾਈ ਵੀ ਕਰਨੀ ਹੈ "

ਦੋਵੇਂ ਭਰਾ ਬਹੁਤ ਥੱਕ ਵੀ ਗਏ ਸਨ। ਇਸ ਕਰਕੇ ਹਨੇਰੇ ਤੋਂ ਪਹਿਲਾਂ ਉਹ ਕੰਮ ਖਤਮ ਕਰਕੇ ਘਰ ਚਲੇ ਜਾਂਦੇ ਹਨ ।

ਫਿਰ ਉਸ ਦਿਨ ਰਾਤ ਨੂੰ ਜਦੋਂ ਪਰਿਵਾਰ ਦੇ ਸਾਰੇ ਮੈਂਬਰ ਖਾਣਾ ਖਾ ਰਹੇ ਸੀ ਤਾਂ ਸੁਰਜੀਤ ਆਪਣੇ ਪਿਓ ਨੂੰ ਕਹਿੰਦਾ ਹੈ ਕਿ " ਬਾਪੂ ਜੀ! ਜਦੋ ਅਸੀ ਮਿੱਟੀ ਦੀ ਖੁਦਾਈ ਕਰ ਰਹੇ ਸੀ ਤਾਂ। ਉਸ ਵਿਚੋਂ ਇਕ ਘੜਾ ਨਿਕਲੀਆ ਜਿਸ ਤੇ ਕਾਲੇ ਰੰਗ ਦਾ ਕਪੜਾ ਬੰਨਿਆ ਹੋਇਆ ਸੀ। "

ਉਸਦਾ ਪਿਓ ਤੇ ਉਸਦੀ ਮਾਂ ਇਹ ਗੱਲ ਸੁਣ ਕੇ ਬਹੁਤ ਹੈਰਾਨ ਹੁੰਦੇ ਹਨ।

ਉਸਦੀ ਮਾਂ ਕਹਿੰਦੀ ਹੈ ਕਿ " ਪੁੱਤਰ ਤੁਸੀ ਉਸ ਨੂੰ ਹੱਥ ਤਾਂ ਨੀ ਲਾਈਆ ! " ਵਿਚਕਾਰ ਹੀ ਵਿਕਰਮ ਬੋਲ ਪੈਂਦਾ ਹੈ " ਕੁਝ ਨੀ ਹੁੰਦਾ ਮਾਤਾ ਮਿੱਟੀ ਦਾ ਘੜਾ ਹੀ ਸੀ ਕਿਹੜਾ ਖਜ਼ਾਨਾ ਸੀ ਨਾਲੇ ਤੁਸੀਂ ਇਨੇ ਵਹਿਮ ਨਾ ਕਰਿਆ ਕਰੋ । "

ਫਿਰ ਸੁਰਜੀਤ ਉਥੇ ਬੈਠੇ ਹੋਏ ਵਿਕਰਮ ਵੱਲ ਹੱਥ ਕਰਕੇ ਕਹਿੰਦਾ ਹੈ।" ਵਿਕਰਮ ਵੀਰੇ ਨੇ ਤਾਂ ਉਹ ਘੜਾ ਬਾਹਰ ਸਿੱਟ ਦਿਤਾ ਸੀ। ਤੇ ਉਹ ਟੁੱਟ ਗਿਆ ਸੀ ਉਸ ਵਿੱਚ ਚਿੱਟੇ ਕਪੜੇ ਦੀ ਇੱਕ ਥੈਲੀ ਵੀ ਸੀ। "
ਤਾਂ ਵਿਕਰਮ ਕਹਿੰਦਾ ਹੈ " ਕਿਹੜੀ ਥੈਲੀ ! ਮੈਨੂੰ ਤਾਂ ਉਥੇ ਕੋਈ ਵੀ ਥੈਲੀ ਨਜ਼ਰ ਨਹੀ ਆਈ। "
ਸੁਰਜੀਤ ਵਿਕਰਮ ਨੂੰ ਕਹਿੰਦਾ ਹੈ " ਕਿ ਵੀਰੇ ਤੁਸੀ ਤਾਂ ਕੰਮ ਵਿੱਚ ਮਗਨ ਸੀ ਮੈਂ ਇਕ ਛੋਟੀ ਜਿਹੀ ਥੈਲੀ ਵੇਖੀ ਸੀ ਜਦੋਂ ਤੁਸੀ ਉਹ ਘੜਾ ਬਾਹਰ ਸਿਟੀਆ ਸੀ। "

ਉਹਨਾਂ ਦੋਵੇਂ ਭਰਾਵਾਂ ਦੀ ਗੱਲ ਉਥੇ ਬੈਠੇ ਉਹਨਾ ਦੇ ਮਾਂ ਪਿਓ ਵੀ ਸੁਣ ਰਹੇ ਸੀ। ਉਹਨਾ ਦੇ ਪਿਓ ਸ਼ੇਰ ਸਿੰਘ ਨੂੰ ਇਕ ਗੱਲ ਦਾ ਡਰ ਸੀ। ਉਸਨੇ (ਸ਼ੇਰ ਸਿੰਘ ਨੇ) ਆਪਣੇ ਪਿਤਾ ਜੀ ਤੋਂ ਇਕ ਗੱਲ ਸੁਣੀ ਸੀ ਜਿਹੜੀ ਕਿ ਉਸਨੂੰ ਯਾਦ ਆ ਗਈ ਸੀ। ਤੇ ਉਹ ਗੱਲ ਬਹੁਤ ਪੁਰਾਣੀ ਸੀ। ਜਿਹੜੀ ਉਸ ਘੜੇ ਬਾਰੇ ਹੀ ਸੀ। ਸ਼ੇਰ ਸਿੰਘ ਦੇ ਚਿਹਰੇ ਤੇ ਇੱਕ ਅਲਗ ਹੀ ਚਿੰਤਾ ਨਜ਼ਰ ਆਉਂਦੀ ਹੈ।
ਦੋਵੇਂ ਭਰਾ ਥੱਕੇ ਹੋਏ ਸੀ ਇਸ ਲਈ ਉਹ ਖਾਣਾ ਖਾਣ ਤੋ ਬਾਅਦ ਸੌਣ ਲਈ ਚਲੇ ਜਾਂਦੇ ਹਨ । ਉਹਨੇ ਦੇ ਮਾਂ ਤੇ ਪਿਓ ਇਕੱਠੇ ਹੀ ਬੈਠੇ ਇੱਕ ਦੂਜੇ ਨਾਲ ਗਲਾਂ ਕਰ ਰਹੇ ਸੀ ਤੇ ਨਾਲ ਉਸ ਮਿੱਟੀ ਕੇ ਘੜੇ ਵਾਲੀ ਗੱਲ ਉੱਤੇ ਸੋਚ ਵਿਚਾਰ ਕਰ ਰਹੇ ਸੀ।
ਵਿਕਰਮ ਸੌਣ ਤੋਂ ਪਹਿਲਾਂ ਕਹਿ ਜਾਦਾ ਹੈ " ਕਿ ਕੱਲ ਖੇਤ ਦੀ ਵਹਾਈ ਕਰ ਦੇਵਾਂਗੇ ਹੁਣ ਤੁਸੀ ਵੀ ਆਰਾਮ ਨਾਲ ਸੋ ਜਾਓ ਤੇ ਉਸ ਘੜੇ ਬਾਰੇ ਜਿਆਦਾ ਨਾ ਸੋਚੋ ਉਸ 'ਚ ਕੁਝ ਵੀ ਨਹੀ ਸੀ। ਬਾਕੀ ਸਵੇਰੇ ਦੇਖਲਾਂਗੇ । "

ਸਮੀਰ ਜਦੋਂ ਇਹ ਗਲ ਸੁਣਾ ਰਿਹਾ ਹੁੰਦਾ ਹੈ ਤਾਂ ਮੈਂ ਉਸਦੀ ਗਲ ਬੜੇ ਧਿਆਨ ਨਾਲ ਸੁਣ ਰਿਹਾ ਸੀ। ਮੇਰੇ ਮਨ ਵਿਚ ਸਵਾਲ ਆਉਦਾ ਹੈ ਕਿ ਮੈ ਸਮੀਰ ਨੂੰ ਉਸ ਮਿਟੀ ਦੇ ਘੜੇ ਬਾਰੇ ਪੁਛਾਂ ।

ਮੈਂ ਸਮੀਰ ਨੂੰ ਕਹਿੰਦਾ ਹਾਂ " ਕਿ ਯਾਰ ਉਸ ਮਿੱਟੀ ਦੇ ਘੜੇ ਵਿਚ ਕੋਈ ਆਤਮਾ ਕੈਦ ਕਿਤੀ ਹੋਈ ਸੀ ? "
ਸਮੀਰ ਕਹਿੰਦਾ ਹੈ " ਪੂਰੀ ਗੱਲ ਤਾਂ ਸੁਣ ਲੈ ਪਹਿਲਾਂ ! ਤੈਨੂੰ ਆਪੇ ਪਤਾ ਲਗ ਜਾਣਾ ਮਿਟੀ ਦੇ ਘੜੇ ਵਿਚ ਕਿ ਸੀ ? "

ਵਿਸਾਲ ਨੂੰ ਵੀ ਇਹ ਗਲ ਸੁਣਦੇ ਹੋਏ ਵਧੀਆ ਲਗ ਰਿਹਾ ਸੀ ਉਹ ਇਸ ਕਹਾਣੀ ਵਿੱਚ ਮਗਨ ਹੋ ਗਿਆ ਸੀ। ਉਹ ਕਹਿੰਦਾ ਹੈ " ਯਾਰ ! ਵਿਚਕਾਰ ਨਾ ਬੋਲੋ ਪਹਿਲਾਂ ਪੂਰੀ ਗੱਲ ਸੁਣੋ ! "

ਫਿਰ ਸਮੀਰ ਆਪਣੀ ਗਲ ਸ਼ੁਰੂ ਕਰਦਾ ਹੈ ਤੇ ਕਹਿੰਦਾ ਹੈ ਕਿ " ਉਸ ਦਿਨ ਰਾਤ ਨੂੰ ਸੁਰਜੀਤ ਤੇ ਵਿਕਰਮ ਵਿਹੜੇ ਵਿੱਚ ਸੁਤੇ ਪਏ ਸੀ ਮੰਜਾ ਡਾਹ ਕੇ ਕਿਉਕਿ ਅੰਦਰ ਤਾਂ ਉਹਨਾਂ ਨੂੰ ਗਰਮੀ ਮਹਿਸੂਸ ਹੋ ਰਹੀ ਸੀ। ਰਾਤ ਨੂੰ ਅਚਾਨਕ ਸੁਰਜੀਤ ਦੀ ਤਬੀਅਤ ਖਰਾਬ ਹੋ ਜਾਦੀ ਹੈ। ਇਕ ਤਾਂ ਉਹ ਉਸ ਘੜੇ ਬਾਰੇ ਜਿਆਦਾ ਹੀ ਸੋਚ ਰਿਹਾ ਸੀ। ਤੇ ਦੂਜਾ ਉਹ ਡਰਦਾ ਵੀ ਬਹੁਤ ਸ਼ੀ ਕਮਜ਼ੋਰ ਦਿਲ ਦਾ ਸੀ। ਉਸਦੀ ਰਾਤ ਨੂੰ ਹਾਲਤ ਖਰਾਬ ਹੋ ਜਾਂਦੀ ਹੈ। ਸਾਹ ਲੈਣ ਵਿੱਚ ਉਸਨੂੰ ਪਰੇਸ਼ਾਨੀ ਹੋ ਰਹੀ ਸੀ। ਸੁਰਜੀਤ ਨੂੰ ਇੰਝ ਮਹਿਸੂਸ ਹੋ ਰਿਹਾ ਸੀ ਜਿਵੇਂ ਕਿਸੇ ਨੇ ਉਸਦਾ ਗੱਲ ਘੋਟ ਦਿਤਾ ਹੋਵੇ । ਉਹ ਬਹੁਤ ਡਰੀਆ ਹੋਈਆ ਸੀ।

ਵਿਕਰਮ ਉਠਕੇ ਉਸ ਨੂੰ ਦੇਖਦਾ ਹੈ ਕਿ ਸੁਰਜੀਤ ਨੂੰ ਹੋ ਕਿ ਗਿਆ ਹੈ। ਸੁਰਜੀਤ ਲੰਮੇ ਸਾਹ ਲੈ ਰਿਹਾ ਸੀ । ਕੁਝ ਬੋਲਣ ਦੀ ਕੋਸ਼ੀਸ ਕਰ ਰਿਹਾ ਸੀ। ਪਰ ਬੋਲ ਨਹੀ ਸੀ ਪਾ ਰਿਹਾ। ਸਾਰੇ ਘਰਦੇ ਉਠ ਜਾਦੇ ਹਨ। ਸੁਰਜੀਤ ਕੋਲ ਇਕੱਠੇ ਹੋ ਜਾਦੇ ਹਨ। ਰਾਤ ਦਾ ਸਮਾਂ ਸੀ ਪਿੰਡ ਵਿੱਚ ਕੋਈ ਡਾਕਟਰ ਵੀ ਨਹੀ ਸੀ । ਵਿਕਰਮ ਉਸਦੇ ਹੱਥ ਪੈਰ ਮਲਦਾ ਹੈ ਤਾਂ ਜੋ ਉਸਨੂੰ ਥੋੜਾ ਆਰਾਮ ਮਿਲੇ । ਉਸਦਾ ਪਿਓ ਤੇ ਉਸਦੀ ਮਾਂ ਵੀ ਘਬਰਾ ਜਾਦੇ ਹਨ । ਉਹਨਾਂ ਨੂੰ ਸਮਝ ਨਹੀ ਸੀ ਆ ਰਿਹਾ ਕਿ ਸ਼ੁਰਜੀਤ ਨੂੰ ਹੋ ਕਿ ਗਿਆ ਹੈ। ਲਗਭਗ ਅਧੇ ਘੰਟੇ ਬਾਅਦ ਸੁਰਜੀਤ ਟਿਕਦਾ ਹੈ। ਫਿਰ ਉਸਨੂੰ ਚੈਨ ਆਉਂਦਾਂ ਹੈ। ਉਹ ਬਿਲਕੁਲ ਵੀ ਹੋਸ਼ ਵਿੱਚ ਨਹੀ ਸੀ।

ਰਾਤ ਨੂੰ ਤਾਂ ਉਸਨੂੰ ਕਿਸੇ ਵੀ ਤਰਾਂ ਸੰਭਾਲੀਆ ਜਾਦਾ ਹੈ ਪਰ ਸਵੇਰ ਹੋਣ ਤੇ ਸਭ ਤੋਂ ਪਹਿਲਾਂ ਡਾਕਟਰ ਕੋਲ ਦਿਖਾਈਆ ਜਾਂਦਾ ਹੈ । ਡਾਕਟਰ ਕੋਲ ਜਾ ਕੇ ਵੀ ਸੁਰਜੀਤ ਘੜੇ ਵਾਲੀ ਗੱਲ ਹੀ ਦੋਹਰਾ ਰਿਹਾ ਹੁੰਦਾ ਹੈ। ਡਾਕਟਰ ਉਸਨੂੰ ਆਰਾਮ ਕਰਨ ਨੂੰ ਕਹਿੰਦਾ ਤੇ ਇਹ ਵੀ ਕਹਿੰਦਾ ਹੈ ਕਿ ਜਿਆਦਾ ਕਿਸੇ ਗੱਲ ਬਾਰੇ ਦਿਮਾਗ ਉਤੇ ਜ਼ੋਰ ਨਹੀ ਪਾਉਣਾ ਤੇ ਉਹ ਦਵਾਈ ਲੈ ਕੇ ਘਰ ਆ ਜਾਦੇ ਹਨ। ਸੁਰਜੀਤ ਲਈ ਉਹ ਰਾਤ ਬਹੁਤ ਮਾੜੀ ਸੀ। ਉਸਦਾ ਘਰ ਵਿੱਚ ਆਰਾਮ ਕਰਨ ਨੂੰ ਵੀ ਦਿਲ ਨਹੀ ਸੀ ਕਰ ਰਿਹਾ ।

ਇਕ - ਦੋ ਦਿਨ ਬਾਅਦ ਸੁਰਜੀਤ ਆਪਣੀ ਪੁਰਾਣੀ ਹਾਲਤ ਵਿੱਚ ਆ ਜਾਦਾ ਹੈ। ਹੁਣ ਉਹ ਚੰਗਾ ਮਹਿਸੂਸ ਕਰ ਰਿਹਾ ਸੀ।

ਉਹਨਾਂ ਦਾ ਇੱਕ ਦਿਨ ਹੋਰ ਕੰਮਾ ਕਾਂਰਾਂ ਵਿੱਚ ਲੰਘ ਜਾਂਦਾ ਹੈ। ਖੇਤ ਦੀ ਵਹਾਈ ਫਿਰ ਤੋਂ ਰਹਿ ਜਾਂਦੀ ਹੈ। ਉਹਨਾਂ ਦੇ ਪਿਓ ਨੂੰ ਜਿਸ ਗੱਲ ਦਾ ਡਰ ਸੀ ਉਹ ਹੁੰਦੀ ਜਾ ਰਹੀ ਸੀ । ਤੇ ਉਸ ਤੋਂ ਕੁਝ ਦਿਨ ਬਾਅਦ ਇਕ ਰਾਤ ਪਰਿਵਾਰ ਦੇ ਸਾਰੇ ਮੈਂਬਰ ਬੈਠੇ ਖਾਣਾ ਖਾ

ਰਹੇ ਸੀ ਤਾਂ ਸ਼ੇਰ ਸਿੰਘ (ਉਹਨਾ ਦਾ ਪਿਓ) ਵਿਕਰਮ ਨੂੰ ਕਹਿੰਦਾ ਹੈ " ਪੁੱਤਰ ਤੂੰ ਖੇਤ ਜਾ ਕੇ ਆਇਆ ਸੀ ! " ਤਾਂ ਵਿਕਰਮ ਕਹਿੰਦਾ ਹੈ " ਨਹੀਂ ! ਬਾਪੂ ਜੀ ਅੱਜ ਨਹੀ ਗਿਆ "

ਇਹ ਗੱਲ ਸੁਣ ਕੇ ਸ਼ੇਰ ਸਿੰਘ ਕੁਝ ਨਹੀ ਬੋਲਦਾ । ਸੁਰਜੀਤ ਤੇ ਵਿਕਰਮ ਆਪਣਾ ਖਾਣਾ ਖਾ ਕੇ ਸੋਣ ਲਈ ਚਲੇ ਜਾਦੇ ਹਨ। ਸ਼ੇਰ ਸਿੰਘ ਤੇ ਉਸਦੀ ਪਤਨੀ ਹਾਲੇ ਬੈਠੇ ਹੀ ਸੀ । ਸ਼ੇਰ ਸਿੰਘ ਨੂੰ ਜਿਸ ਗਲ ਦਾ ਡਰ ਸੀ ਉਹ ਉਸ ਬਾਰੇ ਹੀ ਚਿੰਤਾ ਕਰ ਰਿਹਾ ਸੀ। ਉਹ ਸੋਚ ਰਿਹਾ ਸੀ ਕਿ ਆਪਣੇ ਦੋਵੇਂ ਪੁੱਤਰਾਂ (ਸੁਰਜੀਤ ਤੇ ਵਿਕਰਮ) ਨੂੰ ਇਹ ਗੱਲ ਦਸਣੀ ਚਾਹੀਦੀ ਹੈ ਜਾਂ ਨਹੀ ?

ਖੇਤ ਵਿਚੋਂ ਮਿੱਟੀ ਦਾ ਘੜਾ ਲੱਭਣਾਂ ਤੇ ਕਾਲੇ ਕਪੜੇ ਨਾਲ ਬੰਨੀਆ ਹੋਇਆ ਕੋਈ ਆਮ ਗਲ ਨਹੀ ਸੀ। ਸ਼ੇਰ ਸਿੰਘ ਇਸੇ ਗਲ ਬਾਰੇ ਹੀ ਸੋਚ ਰਿਹਾ ਸੀ। ਉਹ ਸੁਰਜੀਤ ਤੇ ਵਿਕਰਮ ਨੂੰ ਕੁੱਝ ਦੱਸਣਾ ਚਾਹੁੰਦਾ ਸੀ। ਉਸ ਰਾਤ ਮੌਸਮ ਖਰਾਬ ਸੀ ਤੇਜ਼ ਹਵਾ ਚਲ ਰਹੀ ਸੀ। ਬਿਜਲੀ ਦਾ ਕੋਈ ਭਰੋਸਾ ਨਹੀ ਸੀ ਕਦੋਂ ਚਲੀ ਜਾਵੇ ਫਿਰ ਸਾਰੇ ਘਰ ਵਿੱਚ ਹਨੇਰਾ ਹੋ ਜਾਣਾ ਸੀ। ਤੇ ਹੁੰਦਾ ਵੀ ਇਸੇ ਤਰਾਂ ਹੀ ਹੈ। ਬਿਜਲੀ ਚਲੀ ਜਾਂਦੀ ਹੈ ਮੌਸਮ ਖਰਾਬ ਹੋ ਰਿਹਾ ਸੀ। ਤੇਜ਼ ਹਵਾਵਾਂ ਚਲ ਰਹੀਆਂ ਸੀ। ਘਰ ਦੇ ਬਾਹਰ ਮਿੱਟੀ ਬਹੁਤ ਉੱਡ ਰਹੀ ਸੀ । ਚਾਰੇ ਪਾਸੇ ਤੇਜ਼ ਹਵਾਵਾਂ ਦਾ ਸ਼ੋਰ ਸੀ।

ਥੋੜੇ ਸਮੇਂ ਲਈ ਬਿਜਲੀ ਆਉਂਦੀ ਵੀ ਹੈ। ਪਰ ਅਚਾਨਕ ਉਹਨਾਂ ਦੇ ਘਰ ਦੀ ਬਿਜਲੀ ਖਰਾਬ ਹੋ ਜਾਂਦੀ ਹੈ। ਜਦੋਂ ਸ਼ੇਰ ਸਿੰਘ ਇਸਦਾ ਕਾਰਣ ਦੇਖਣ ਜਾਂਦਾ ਹੈ ਤਾਂ ਉਹ ਦੇਖਦਾ ਹੈ ਕਿ ਉਹਨਾਂ ਦੇ ਕਪੜਿਆਂ ਵਿੱਚ ਅੱਗ ਲੱਗ ਰਹੀ ਹੁੰਦੀ ਹੈ। ਤੇਜ਼ ਹਵਾ ਕਾਰਨ ਅੱਗ ਹੋਰ ਵੀ ਜਿਆਦਾ ਤੇਜ਼ੀ ਨਾਲ ਫੈਲਦੀ ਹੈ। ਘਰ ਦਾ ਮਾਹੌਲ ਇਕ ਦਮ ਵਿਗੜ ਜਾਦਾ ਹੈ। ਉਹਨਾਂ ਦੇ ਪੜੋਸੀ ਇਕੱਠੇ ਹੋ ਜਾਂਦੇ ਹਨ। ਵਿਕਰਮ ਤੇ ਸੁਰਜੀਤ ਵੀ ਦੋੜਦੇ ਬਾਹਰ ਆਉਂਦੇ ਹਨ। ਤੇ ਦੇਖਦੇ ਹਨ ਇੰਨਾਂ ਧੂੰਆਂ ਆ ਕਿਥੋਂ ਰਿਹਾ ਹੈ ਸਾਹ ਲੈਣਾ ਵੀ ਔਖਾ ਹੋ ਰਿਹਾ ਸੀ । ਜਦ ਉਹ ਦੇਖਦੇ ਹਨ ਕਿ ਸਾਡੇ ਹੀ ਘਰ ਵਿਚ ਅੱਗ ਲਗੀ ਹੋਈ ਹੈ ਤਾਂ ਉਹ ਵੀ ਹੈਰਾਨ ਰਹਿ ਜਾਦੇ ਹਨ। ਧੂੰਆਂ ਹੋਣ ਕਾਰਨ ਤੇ ਹਨੇਰੇ ਕਾਰਣ ਕੁੱਝ ਵੀ ਸਾਫ ਦਿਖਾਈ ਨਹੀ ਸੀ ਦੇ ਰਿਹਾ ਕਿ ਅੱਗ ਕਿਸ ਕਮਰੇ ਵਿਚ ਲਗੀ ਹੋਈ ਹੈ ?

ਬਾਹਰ ਆਉਣ ਤੇ ਉਹਨਾਂ ਨੂੰ ਆਪਣੇ ਪਿਓ ਦੀ ਆਵਾਜ਼ ਸੁਣਾਈ ਦਿੰਦੀ ਹੈ। ਉਹ ਜ਼ੋਰ ਜ਼ੋਰ ਨਾਲ ਬੋਲ ਰਿਹਾ ਸੀ ਅੱਗ ਬੁਝਾਓ ! ਅੱਗ ਲਗੀ ਹੈ ! ਪਾਣੀ ਲੈ ਕੇ ਆਓ!

ਵਿਕਰਮ ਤੇ ਸੁਰਜੀਤ ਆਪਣੇ ਪਿਓ ਦੀ ਗੱਲ ਬੜੇ ਸੁਣਦੇ ਹਨ ਤੇ ਅੱਗ ਬੁਝਾਉਣ ਦੀ ਕੋਸ਼ੀਸ ਕਰਦੇ ਹਨ। ਉਹਨਾਂ ਦੇ ਇੱਕ ਦੋ ਪੜੋਸੀ ਵੀ ਉਹਨਾਂ ਨਾਲ ਮਿਲ ਕੇ ਅੱਗ ਬੁਝਾਉਣ ਲਗ ਜਾਂਦੇ ਹਨ।

ਵਿਕਰਮ ਤੇ ਸੁਰਜੀਤ ਅੱਗ ਬੁਝਾਉਣ ਦਾ ਪੂਰਾ ਯਤਨ ਕਰ ਰਹੇ ਸੀ। ਸ਼ੇਰ ਸਿੰਘ - ਜ਼ੋਰ ਜ਼ੋਰ ਨਾਲ ਬੋਲ ਰਿਹਾ ਸੀ ਕਿ ਅੱਗ ਬੁਝਾਓ ! ਅੱਗ ਬੁਝਾਓ ! ਪੜੋਸੀ ਵੀ ਹੈਰਾਨ ਸੀ ਕਿ ਅੱਗ ਲਗ ਕਿਵੇਂ ਗਈ।

ਕੁੱਝ ਤਾਂ ਮੌਸਮ ਖਰਾਬ ਸੀ। ਤੇ ਦੂਜਾ ਤੇਜ਼ ਹਵਾ ਕਾਰਣ ਕੁਝ ਪੱਤਾ ਨਹੀ ਚਲ ਰਿਹਾ ਕਿਵੇਂ ਅੱਗ ਤੇ ਕੰਟਰੋਲ ਕਿਵੇਂ ਕਿਤਾ ਜਾਵੇ। ਸਾਰੇ ਘਰ ਵਿੱਚ ਧੂੰਆ ਹੀ ਧੂੰਆ ਹੋ ਗਿਆ ਸੀ। ਸਾਹ ਲੈਣਾ ਵੀ ਔਖਾ ਸੀ। ਸਭ ਕੁਝ ਇਨੀਂ ਛੇਤੀ ਹੋਇਆ ਕਿ ਕਿਸੇ ਨੂੰ ਕੁੱਝ ਸਮਝ ਨਾ ਆਇਆ।

ਔਖੇ ਸੋਖੇ ਹੋ ਕੇ ਵਿਕਰਮ , ਸੁਰਜੀਤ ਤੇ ਨਾਲੇ ਇੱਕ ਦੋ ਗੁਆਂਢੀਆਂ ਨੇ ਮਿਲ ਕੇ ਤਕਰੀਬਨ ਦੋ ਘੰਟੀਆਂ ਵਿੱਚ ਕਿਸੇ ਤਰਾਂ ਅੱਗ ਉਤੇ ਕਾਬੂ ਪਾ ਲਿਆ ।

ਥੋੜੇ ਸਮੇਂ ਬਾਅਦ ਮਾਹੌਲ ਠੰਡਾ ਹੋ ਜਾਂਦਾ ਹੈ। ਸਾਰੇ ਸੁੱਖ ਦਾ ਸਾਹ ਲੈਂਦੇ ਹਨ। ਕਿਸੇ ਨੂੰ ਕੁਝ ਸਮਝ ਨਹੀ ਸੀ ਆ ਰਿਹਾ ਕਿ ਹੋਇਆ ਕਿ ਹੈ ?

ਹਾਲਾਂਕਿ ਕਿਸੇ ਦਾ ਕੋਈ ਜਾਨੀ ਨੁਕਸ਼ਾਨ ਨਹੀ ਹੁੰਦਾ ਪਰ ਉਹਨਾਂ ਦੇ ਕੱਪੜੇ ਤੇ ਕੁੱਝ ਕਿਮਤੀ ਸਾਮਾਨ ਅੱਗ ਵਿੱਚ ਸੜ ਜਾਂਦੇ ਹਨ । ਉਹ ਰਾਤ ਉਹਨਾਂ ਲਈ ਬਹੁਤ ਡਰਾਵਣੀ ਰਾਤ ਸੀ।

ਅਗਲੇ ਦਿਨ ਸਵੇਰੇ ਜਦੋਂ ਅੱਗ ਲੱਗਣ ਦਾ ਕਾਰਣ ਦੇਖੀਆ ਜਾਂਦਾ ਹੈ ਤਾਂ ਉਹ ਦੇਖਦੇ ਹਨ। ਕਿ ਬਿਜਲੀ ਦੇ ਇਕ ਬੋਰਡ ਵਿਚ ਸ਼ੋਰਟ ਸਰਕਿਟ ਹੋਇਆ ਸੀ। ਜਿਸ ਕਾਰਣ ਅੱਗ ਲੱਗੀ ਸੀ।

ਪਰ ਸ਼ੇਰ ਸਿੰਘ ਨੂੰ ਕੁਝ ਹੋਰ ਹੀ ਲਗ ਰਿਹਾ ਸੀ। ਉਸ ਨੂੰ ਇਹ ਲੱਗ ਰਿਹਾ ਸੀ ਕਿ ਇਹ ਸਭ ਉਸ ਘੜੇ ਕਾਰਨ ਹੀ ਹੋਇਆ ਹੈ ਜਿਹੜਾ ਕਿ ਉਹਨਾਂ ਦੇ ਖੇਤ ਵਿਚੋਂ ਨਿਕਲੀਆ ਸੀ। ਉਹ ਡਰਿਆ ਹੋਇਆ ਸੀ ਤੇ ਇਕ ਗੱਲ ਸੁਰਜੀਤ ਤੇ ਵਿਕਰਮ ਨੂੰ ਦੱਸਣਾ ਚਾਹੁੰਦਾ ਸੀ। ਪਰ ਘਰ ਦੇ ਵਿਗੜੇ ਹੋਏ ਮਾਹੌਲ ਕਾਰਨ ਉਸ ਨੂੰ ਸੁਰਜੀਤ ਤੇ ਵਿਕਰਮ ਨੂੰ ਗੱਲ ਦਸਣ ਦਾ ਸਮਾਂ ਨਹੀ ਲਗੀਆਂ । "

ਸਮੀਰ ਬਹੁਤ ਹੀ ਵਧੀਆ ਤਰੀਕੇ ਨਾਲ ਇਹ ਗੱਲ ਸਾਨੂੰ ਦੱਸ ਰਿਹਾ ਸੀ। ਮੈਨੂੰ ਤਾਂ ਇੰਝ ਲਗ ਰਿਹਾ ਸੀ ਜਿਵੇਂ ਮੇਰੇ ਸਾਹਮਣੇਂ ਹੀ ਸਾਰਾ ਕੁੱਝ ਹੋਈਆ ਹੋਵੇ । ਮੈਂ ਜਲਦੀ ਤੋਂ ਜਲਦੀ ਅੱਗੇ ਜਾਨਣਾ ਚਾਹੁੰਦਾ ਸੀ ਕਿ ਕਹਾਣੀ ਵਿੱਚ ਕਿ ਹੁੰਦਾ ਹੈ ? ਮੈਥੋਂ ਸਮੀਰ ਤੋਂ ਸਵਾਲ ਪੁੱਛੇ ਬਗੈਰ ਰਿਹਾ ਨਹੀ ਜਾ ਰਿਹਾ ਸੀ। ਨਸੀਬ ਤੇ ਵਿਸ਼ਾਲ ਵੀ ਧਿਆਨ ਨਾਲ ਸੁਣ ਰਹੇ ਸੀ। ਮੈਂ ਹਲਕੀ ਜਿਹੀ ਆਵਾਜ਼ ਵਿਚ ਕਿਹਾ ਕਿ " ਬਾਈ ਸ਼ੇਰ ਸਿੰਘ ਕਿ ਦੱਸਣਾ ਚਾਹੁੰਦਾ ਸੀ? ਐਡੀ ਕਿਹੜੀ ਗੱਲ ਸੀ ਸ਼ੇਰ ਸਿੰਘ ਦੇ ਦਿਮਾਗ ਵਿਚ ? "

ਸਮੀਰ ਅਗੋਂ ਕਹਿੰਦਾ ਹੈ " ਅਸਲ ਗੱਲ ਤਾਂ ਉਹ ਹੀ ਆ ਜਿਹੜੀ ਸ਼ੇਰ ਸਿੰਘ ਆਪਣੇ ਦੋਵੇਂ ਪੁਤਰਾਂ ਨੂੰ ਦੱਸਣਾ ਚਾਹੁੰਦਾ ਹੈ ! ਹੁਣ ਸਾਰੇ ਗੌਰ ਨਾਲ ਸੁਣੀਓ ਗਲ ਨੂੰ "

ਸਮੀਰ ਗੱਲ ਨੂੰ ਅਗੇ ਜ਼ਾਰੀ ਰਖਦਾ ਹੈ ਤੇ ਕਹਿੰਦਾ ਹੈ ਕਿ " ਅੱਗ ਲਗਣ ਦੇ ਹਾਦਸੇ ਤੋਂ ਬਾਅਦ ਕੁੱਝ ਦਿਨ ਉਹਨਾਂ ਦੇ ਘਰ ਦਾ ਮਾਹੌਲ ਬਿਲਕੁੱਲ ਸਾਂਤ ਰਹਿੰਦਾ ਹੈ। ਕੋਈ ਵੀ ਕੁਝ ਨਹੀ ਬੋਲਦਾ । ਸਾਰੇ ਘਰ ਵਿੱਚ ਅਜ਼ੀਬ ਹੀ ਸ਼ਾਂਤੀ ਦੇ ਗੰਭੀਰਤਾ ਦਾ ਮਾਹੌਲ ਸੀ।

ਸੁਰਜੀਤ ਤੇ ਵਿਕਰਮ ਨੂੰ ਦੋ - ਤਿੰਨ ਦਾ ਸਮਾਂ ਲੱਗਦਾ ਹੈ ਘਰ ਨੂੰ ਠੀਕ ਕਰਨ ਲਈ। ਤੇ ਉਸ ਤੋਂ ਬਾਅਦ ਲਗਭਗ ਸਭ ਸਹੀ ਹੋ ਜਾਦਾ ਹੈ।

ਪਿੰਡ ਦੇ ਲੋਕ ਤਰਾਂ ਤਰਾਂ ਦੀਆਂ ਗੱਲਾਂ ਬਣਾ ਦਿੰਦੇ ਹਨ। ਕੋਈ ਕੁੱਝ ਕਹਿੰਦਾ ਹੈ ਤੇ ਕੋਈ ਕੁੱਝ । ਪਿੰਡ ਵਿੱਚ ਇਕ ਮਾਮੂਲੀ ਜੀ ਗੱਲ ਦਾ ਕਿ ਤੋਂ ਕਿ ਬਣ ਜਾਂਦਾ ਹੈ ਇਹ ਗਲ ਤਾਂ ਪਿੰਡ ਵਿਚ ਰਹਿਣ ਵਾਲੇ ਹੀ ਜਾਂਣਦੇ ਨੇ। ਫਿਰ ਕਿ ਸੀ ਪਿੰਡ ਵਾਲੀਆਂ ਨੇ ਉਸ ਅੱਗ ਦੀ ਘਟਨਾ ਹੋਣ ਤੋਂ ਬਾਅਦ ਗੱਲਾਂ ਕਰਨੀਆਂ ਸ਼ੁਰੂ ਕਰ ਦਿੱਤੀਆਂ 1

ਸ਼ੁਰੂਆਤ ਤਾਂ ਵਿਕਰਮ ਦੀ ਮਾਤਾ ਜੀ ਨੇ ਹੀ ਕਿਤੀ ਪਿੰਡ ਦੀਆਂ ਔਰਤਾਂ ਜਿਹਨਾਂ ਨਾਲ ਉਹ ਉਠਦੀ ਬੈਠਦੀ ਸੀ ਉਹਨਾਂ ਨੂੰ ਆਪਣੇ ਖੇਤ ਵਿਚੋਂ ਨਿਕਲੇ ਮਿੱਟੀ ਦੇ ਘੜੇ ਬਾਰੇ ਸਾਰਾ ਕੁਝ ਦੱਸ ਦਿਤਾ । ਵਿਕਰਮ ਜੀ ਦੀ ਮਾਤਾ ਕਾਰਨ ਪਿੰਡ ਦੀਆਂ ਔਰਤਾਂ ਵਿੱਚ ਇਹ ਗੱਲ ਫੈਲ ਗਈ ਤੇ ਬਾਅਦ 'ਚ ਪੂਰੇ ਪਿੰਡ ਵਿੱਚ ਇਹ ਗੱਲ ਫੈਲ ਗਈ। ਲੋਕੀ ਹੁਣ ਪਿੰਡ ਵਿੱਚ ਗੱਲਾਂ ਕਰ ਰਹੇ ਸੀ ਕਿ ਉਹਨਾਂ ਦੇ ਘਰ ਵਿੱਚ ਕੋਈ ਆਤਮਾ ਆ ਗਈ ਹੈ ਜਿਹੜੀ ਕਿ ਉਹਨਾਂ ਤੋਂ ਹੁਣ ਬਦਲਾ ਲੈ ਰਹੀ ਹੈ। ਹਾਲਾਂਕਿ ਸੱਚਾਈ ਦਾ ਕਿਸੇ ਨੂੰ ਕੁਝ ਨਹੀ ਪਤਾ ਸੀ। ਬਸ ਗਲਾਂ ਹੀ ਸੁਨਣ ਵਿੱਚ ਆਉਦੀਆਂ ਸੀ।

ਹੁਣ ਤਾਂ ਘਰ ਦਾ ਮਾਹੌਲ ਕੁੱਝ ਠੀਕ ਹੋਇਆਂ ਸੀ। ਪਰ ਪਿੰਡ ਦੇ ਲੋਕਾਂ ਦੀਆਂ ਗੱਲਾਂ ਨੇ ਪੂਰੇ ਪਿੰਡ ਵਿਚ ਘਰ ਦੇ ਚਰਚੇ ਕਰਵਾ ਦਿੱਤੇ ਸੀ । ਸ਼ੇਰ ਸਿੰਘ ਦੀ ਪਰੇਸ਼ਾਨੀ ਹੁਣ ਵੱਧਦੀ ਹੀ ਜਾ ਰਹੀ ਸੀ। ਉਹ ਆਪਣੇ ਦੋਵੇਂ ਪੁੱਤਰਾਂ ਨੂੰ ਇੱਕ ਗੱਲ ਦਸਣਾ ਚਾਹੁੰਦਾ ਸੀ। ਜਿਹੜੀ ਕਿ ਉਸ ਨੂੰ ਕਈ ਦਿਨਾਂ ਤੋਂ ਪਰੇਸ਼ਾਨ ਕਰ ਰਹੀ ਸੀ।

ਉਹ ਸਾਰੀ ਕਹਾਣੀ ਆਪਣੇ ਦੋਵੇਂ ਪੁਤਰਾਂ ਸੁਰਜੀਤ ਤੇ ਵਿਕਰਮ ਨੂੰ ਦਸਦਾ ਹੈ । ਰਾਤ ਨੂੰ ਉਹ ਦੋਵੇਂ ਪੁੱਤਰਾਂ ਨੂੰ ਆਪਣੇ ਕੋਲ਼ ਬਿਠਾਉਂਦਾ ਹੈ ਤੇ ਕਹਿੰਦਾ ਹੈ ਕਿ

" ਵਿਕਰਮ ਪੁੱਤਰ ਤੈਨੂੰ ਉਸ ਘੜੇ ਬਾਰੇ ਹਾਲੇ ਕੁੱਝ ਨਹੀ ਪਤਾ । ਮੈਂ ਤੁਹਾਨੂੰ ਦੋਵੇਂ ਭਰਾਵਾਂ ਨੂੰ ਇੱਕ ਗੱਲ ਦੱਸਦਾ ਹਾਂ। ਜਿਹੜੀ ਮੇਰੇ ਪਿਓ ਨੇ ਮੈਨੂੰ ਸੁਣਾਈ ਸੀ। ਤੇ ਮੈ ਤੁਹਾਨੂੰ ਸੁਣਾ ਰਿਹਾ ਹਾਂ ਮੈਨੂੰ ਲਗਦਾ ਹੈ ਕਿ ਉਹ ਗੱਲ ਮੈਨੂੰ ਤੁਹਾਡੇ ਦੋਵਾਂ ਨਾਲ ਵੀ ਸਾਂਝੀ ਕਰਨੀ ਚਾਹੀਦੀ ਹੈ "

ਸੁਰਜੀਤ ਕਹਿੰਦਾ ਹੈ "ਪਿਤਾ ਜੀ ਤੁਸੀਂ ਕਿਹੜੀ ਗੱਲ ਬਾਰੇ ਸਾਨੂੰ ਦੱਸੋਗੇ । "

ਸੇਰ ਸਿੰਘ ਕਹਿੰਦਾ ਹੈ " ਪੁੱਤਰ ! ਤੁਸੀਂ ਧਿਆਨ ਨਾਲ ਸੁਣੋ ਇਹ ਗੱਲ ਬਹੁਤ ਜਰੂਰੀ ਹੈ ਤੁਹਾਡੇ ਲਈ ਤੇ ਸਾਡੇ ਪਰਿਵਾਰ ਲਈ ਤੇ ਮੈਂ ਚਾਹੁੰਦਾ ਹਾਂ ਕਿ ਤੁਸੀਂ ਮੇਰੀ ਗੱਲ ਬੜੇ ਧਿਆਨ ਨਾਲ ਸੁਣਿਓ । "

ਸੁਰਜੀਤ ਤੇ ਵਿਕਰਮ ਆਪਣੇ ਪਿਓ ਦੀ ਗੱਲ ਬੜੀ ਧਿਆਨ ਨਾਲ ਸੁਨਣ ਲਗ ਜਾਂਦੇ ਹਨ।

ਸ਼ੇਰ ਸਿੰਘ ਅੱਗੇ ਗੱਲ ਦੱਸਦਾ ਹੈ ਕਿ " ਜਦੋਂ ਮੈ ਆਪਣੇ ਪਰਿਵਾਰ ਦੀ ਜਿੰਮੇਵਾਰੀ ਸਾਂਭਣ ਲਈ ਤਿਆਰ ਹੋ ਗਿਆ ਅਤੇ ਆਪਣੇ ਪਿਓ ਜੋ ਕਿ ਤੁਹਾਡੇ ਦਾਦਾ ਜੀ ਸੀ ਉਹਨਾਂ ਨਾਲ ਖੇਤੀ ਬਾੜੀ ਵਿਚ ਹੱਥ ਵਟਾਉਣ ਲਗਾ ਗਿਆ ਸੀ ਤਾਂ ਉਨਾਂ ਨੇ ਮੈਨੂੰ ਕਿਹਾ ਸੀ ਕਿ ਪੁੱਤਰ ਹੁਣ ਤੂੰ ਇਸ ਪਰਿਵਾਰ ਨੂੰ ਅੱਗੇ ਲੈ ਕੇ ਜਾਣਾ ਹੈ । ਤੇ ਮੈ ਤੈਨੂੰ ਇੱਕ ਗੱਲ ਦਸਦਾ ਹਾਂ ਜਿਹੜੀ ਕਿ ਇਸੇ ਜ਼ਮੀਨ ਨਾਲ ਜੁੜੀ ਹੋਈ ਹੈ।

ਕਾਫੀ ਸਮੇਂ ਪਹਿਲਾਂ ਜਿਥੇ ਸਾਡੇ ਖੇਤ ਨੇ ਪਹਿਲਾਂ ਉਥੇ ਉਜਾੜ ਅਤੇ ਵੀਰਾਨ ਜ਼ਮੀਨ ਪਈ ਸੀ। ਨਾ ਅਸੀ ਉਥੇ ਫ਼ਸਲ ਉਗਾਉਂਦੇ ਸੀ ਤੇ ਨਾਂਹੀ ਹੋਰ ਕੁੱਝ । ਉਹ ਥਾਂ ਐਵੇਂ ਹੀ ਵੀਰਾਨ ਪਈ ਸੀ। ਉਥੇ ਸਿੰਚਾਈ ਦਾ ਕੋਈ ਪ੍ਰਬੰਧ ਨਹੀ ਸੀ ਤੇ ਨਾ ਸਾਡੇ ਕੋਲ ਉਸ ਸਮੇਂ ਚੰਗੇ ਸਾਧਨ ਸੀ ਜਿਹਨਾਂ ਨਾਲ ਖੇਤੀ ਕਿਤੀ ਜਾਵੇ। ਅਸੀ ਉਹ ਜ਼ਮੀਨ ਐਵੇਂ ਹੀ ਬੰਜ਼ਰ ਪਈ ਛੱਡ ਦਿਤੀ ਸੀ।

ਬੰਜ਼ਰ ਤੇ ਵੀਰਾਨ ਪਈ ਜਮੀਨ ਦੇਖ ਕੇ ਇਕ ਦਿਨ ਅਚਾਨਕ ਉਥੇ ਕੁੱਝ ਸਾਧੂ ਰਹਿਣ ਲੱਗ ਪਏ। ਉਹ ਥਾਂ ਖਾਲੀ ਵੀਰਾਨ ਹੀ ਪਈ ਸੀ। ਅਸੀ ਵੀ ਉਹਨਾਂ ਸਾਧੂਆਂ ਨੂੰ ਕੁੱਝ ਨਾ ਕਿਹਾ । ਸਾਨੂੰ ਡਰ ਤੇ ਸੀ ਕਿਤੇ ਸਾਡੀ ਜਮੀਨ ਤੇ ਕਬਜ਼ਾ ਨਾ ਕਰ ਲੈਣ ਪਰ ਉਹਨਾਂ ਦਾ ਕਹਿਣਾਂ ਸੀ ਕਿ ਅਸੀ ਕਿਸੇ ਬੜੀ ਯਾਤਰਾਂ ਤੇ ਜਾ ਰਹੇ ਹਾਂ ਥੋੜੇ ਦਿਨ ਇੱਥੇ ਰੁਕ ਕੇ ਅਸੀਂ ਅਗੇ ਆਪਣੀ ਯਾਤਰਾ ਵਲ ਜਾਣਾ ਹੈ। ਪਿੰਡ ਦੇ ਲੋਕਾਂ ਦੀ ਸਹਿਮਤੀ ਨਾਲ ਅਸੀ ਉਹਨਾਂ ਨੂੰ ਉਥੇ ਰੁਕਣ ਦਿੱਤਾ । ਥੋੜੇ ਦਿਨ ਤਾਂ ਮਾਹੌਲ ਬਿਲਕੁਲ ਠੀਕ ਰਿਹਾ । ਬਾਅਦ ਚ ਪਿੰਡ ਵਿਚ ਉਹਨਾਂ ਸਾਧੂਆਂ ਬਾਰੇ ਤਰਾਂ ਤਰਾਂ ਦੀਆਂ ਗੱਲਾਂ ਫੈਲ ਗਈਆਂ ।

ਲੋਕੀ ਕਹਿੰਦੇ ਕਿ ਉਹ ਸਾਧੂ ਤਾਂ ਜਾਦੂ ਟੂਣਾ ਕਰਦੇ ਹਨ। ਤੇ ਇਹ ਜਿਹੜੇ ਪਿੰਡ ਤੋਂ ਆਏ ਨੇ ਉਸ ਪਿੰਡ ਨੂੰ ਤਾਂ ਇਹਨਾਂ ਨੇ ਉਜਾੜ ਦਿੱਤਾ ਸੀ। ਤੇ ਹੁਣ ਇਹ ਸਾਡੇ ਪਿੰਡ ਵਿਚ ਆ ਗਏ ਨੇ। ਰਾਤ ਵੇਲੇ ਉਸ ਜਗ੍ਹ ਤੇ ਕੋਈ ਵੀ ਜਾਂਦਾ ਨਹੀ ਸੀ। ਕਿਉਂਕਿ ਉਹ ਥਾਂ ਬਿਲਕੁਲ ਵਿਰਾਨ ਪਈ ਸੀ। ਪਰ ਉਹਨਾਂ ਸਾਧੂਆਂ ਨੇ ਉਥੇ ਆਪਣਾ ਡੇਰਾ ਬਣਾ ਲਿਆ ਸੀ।

ਦਾਦਾ ਜੀ ਹੋਰ ਨੂੰ ਲੱਗਿਆ ਕਿ ਸਾਇਦ ਇਕ ਦੋ ਦਿਨ ਬਾਅਦ ਉਹ ਸਾਧੂ ਉਥੋਂ ਚਲੇ ਜਾਣਗੇ ਪਰ ਉਹ ਸਾਧੂ ਤਾਂ ਉਥੇ ਪੱਕਾ ਡੇਰਾ ਕਰਕੇ ਬੈਠ ਗਏ ਸੀ । ਪਿੰਡ ਦੇ ਲੋਕੀ ਤਾਂ ਜਾਦੂ ਟੂਣ ਜਾਂ ਕਾਲਾ ਜਾਦੂ ਕਰਨ ਵਾਲੀਆਂ ਨੂੰ ਪਿੰਡ ਲਈ ਖਤਰਾ ਦਸਦੇ ਸੀ। ਉਹਨਾਂ ਨੇ ਪਿੰਡ ਦਾ ਮਾਹੌਲ ਖਰਾਬ ਕਿਤਾ ਹੋਇਆ ਸੀ। ਅਤੇ ਉਹਨਾਂ ਤੋਂ ਪਿੰਡ ਦਾ ਲਗਭਗ ਹਰ ਬੰਦਾ ਪਰੇਸ਼ਾਨ ਸੀ। ਕਿਉਕਿ ਪਿੰਡ ਵਿਚ ਰਾਤ ਦੇ ਸਮੇਂ ਬਹੁਤ ਗਲਤ ਕੰਮ ਹੁੰਦੇ ਸੀ।

ਉਥੇ ਉਹ ਕਾਲਾ ਜਾਦੂ ਕਰਨ ਲਈ ਜਾਨਵਰਾਂ ਦੀ ਬਲੀ ਦੇਣ ਲੱਗ ਗਏ ਸੀ । ਪਸ਼ੂਆਂ ਦੇ ਸਿਰ ਕਟ ਕੇ ਉਹਨਾਂ ਨੇ ਉਥੇ ਸਜ਼ਾ ਕੇ ਰਖੇ ਹੋਏ ਸੀ।
ਇਹ ਸਭ ਕੁਝ ਤਾਂ ਉਹ ਉਸ ਵੀਰਾਨ ਥਾਂ ਤੇ ਕਰ ਰਹੇ ਸੀ। ਪਿੰਡ ਦਾ ਤਾਂ ਇਸ ਤੋਂ ਵੀ ਬੁਰਾ ਹਾਲ ਹੋ ਰਿਹਾ ਸੀ।

ਪਿੰਡ ਵਿੱਚ ਚੋਰੀਆਂ ਹੋ ਰਹੀਆਂ ਸੀ। ਜਵਾਨ ਬੰਦੀਆਂ ਦੀਆਂ ਮੌਤਾਂ ਹੋ ਰਹੀਆਂ ਸੀ। ਸਾਲ ਦਾ ਅਜੀਹਾ ਕੋਈ ਮਹੀਨਾ ਨਹੀ ਸੀ ਹੁੰਦਾ ਜਦੋਂ ਪਿੰਡ ਵਿਚੋਂ ਕਿਸੇ ਵਿਅਕਤੀ ਦੀ ਮੌਤ ਨਾ ਹੋਵੇ । ਪਿੰਡ ਦੇ ਜਵਾਨ ਅਤੇ ਬੱਚਿਆਂ ਦਾ ਤਾਂ ਬੁਰਾ ਹਾਲ ਸੀ। ਇੰਝ ਲਗ ਰਿਹਾ ਸੀ ਕਿ ਪਿੰਡ ਵਿਚ ਕੋਈ ਲਹਿਰ ਚੱਲ ਪਈ ਹੋਵੇ। ਕਿਸੇ ਦੀ ਮਾਨਸੀਕ ਹਾਲਤ ਕਾਬੂ ਵਿਚ ਨਹੀ ਸੀ। ਕੁੜੀਆਂ ਦੇ ਵਾਲ ਕਟੇ ਜਾ ਰਹੇ ਸੀ। ਰਾਤ ਨੂੰ ਸੌਂਦੇ ਸਮੇਂ ਬਹੁਤੀਆਂ ਕੁੜੀਆਂ ਦੀਆਂ ਚੋਟੀਆ ਕਟ ਲਈਆਂ ਪਰ ਕਿਸੇ ਨੂੰ ਇਸ ਗੱਲ ਬਾਰੇ ਕੁੱਝ ਨਹੀ ਪਤਾ ਸੀ ਕਿ ਇਹ ਸਭ ਕਿਸ ਦੁਆਰਾ ਕਿਤਾ ਜਾ ਰਿਹਾ ਹੈ?

ਪਿੰਡ ਹੌਲੀ- ਹੌਲੀ ਸਮਸ਼ਾਨ ਬਣਦਾ ਜਾ ਰਿਹਾ ਸੀ। ਸਾਰੇ ਪਿੰਡ ਵਿੱਚ ਡਰ ਦਾ ਮਾਹੌਲ ਸੀ । ਪਿੰਡ ਵਿਚ ਸਾਰੇ ਹੀ ਦੁਖੀ ਸੀ। ਪਿੰਡ ਵਿੱਚ ਹਰ ਕੋਈ ਤੰਗ ਸੀ। ਇਸ ਸਭ ਦਾ ਕਾਰਨ ਉਹ ਕਾਲਾ ਜਾਦੂ ਕਰਨ ਵਾਲੀਆਂ ਨੂੰ ਮੰਨਿਆ ਜਾ ਰਿਹਾ ਸੀ।

ਇਕ ਦਿਨ ਪਿੰਡ ਵਾਲੀਆ ਨੇ ਇਕੱਠੇ ਹੋ ਕੇ ਪੰਚਾਇਤ ਵਿੱਚ ਫੈਸਲਾ ਕਿਤਾ ਕਿ ਉਹਨਾਂ ਕਾਲਾ ਜਾਦੂ ਕਰਨ ਵਾਲੀਆਂ ਨੂੰ ਇਥੋਂ ਬਾਹਰ ਕਢ ਦੇਣਾ ਚਾਹੀਦਾ ਹੈ । ਕਿਉਂਕਿ ਉਹਨਾਂ ਦੁਆਰਾ ਕਿਤੇ ਜਾਣ ਵਾਲੇ ਕਾਲੇ ਜਾਦੂ ਦੇ ਕਾਰਨਾਮੀਆਂ ਤੋਂ ਬਹੁਤ ਲੋਕ ਪ੍ਰਭਾਵਿਤ ਹੋ ਰਹੇ ਹਨ। ਲੋਕਾਂ ਦੇ ਦਿਮਾਗ ਤੇ ਵੀ ਗ਼ਲਤ ਅਸਰ ਹੋ ਰਿਹਾ ਸੀ।

ਇਕ ਵਾਰ ਤਾਂ ਇਹ ਗੱਲ ਸਾਹਮਣੇ ਆਈ ਕੀ ਇਕ ਔਰਤ ਕੋਂਲ ਕੋਈ ਸੰਤਾਨ ਨਹੀ ਸੀ । ਉਸ ਨੂੰ ਮੁੰਡਾ ਚਾਹੀਦਾ ਸੀ। ਉਹ ਸੰਤਾਨ ਪ੍ਰਾਪਤੀ ਪਿੱਛੇ ਬਹੁਤ ਪਾਗਲ ਸੀ। ਉਹ ਪਰੇਸ਼ਾਨ ਹੋ ਕੇ ਉਹ ਇਹਨਾਂ ਕਾਲੇ ਜਾਦੂ ਕਰਨ ਵਾਲੇ ਬਾਬੀਆਂ ਕੋਲ ਗਈ । ਉਹਨਾਂ ਬਾਬੀਆਂ ਨੇ ਉਸਦੇ ਦਿਮਾਗ ਵਿਚ ਬਹੁਤ ਗਲਤ ਗੱਲਾਂ ਭਰ ਦਿਤੀਆਂ । ਉਹਨਾਂ ਨੇ ਔਰਤ ਨੂੰ ਕਿਹਾ ਕਿ ਤੂੰ ਪੂਰਨ ਮਾਸ਼ੀ ਵਾਲੇ ਦਿਨ ਜਦੋਂ ਪੂਰਾ ਚੰਨ ਦਿਖਾਈ ਦਿੰਦਾ ਹੈ। ਉਸ ਦਿਨ ਤੂੰ ਇਕ ਬੱਚੇ ਦੇ ਖੂਨ ਵਿਚ ਆਪਣੇ ਸਿਰ ਦੇ ਬਾਲ ਧੋਣੇ ਨੇ ਜਿਸ ਨਾਲ ਤੈਨੂੰ ਇਕ ਪੁੱਤਰ ਦੀ ਪ੍ਰਾਪਤੀ ਹੋ ਜਾਵੇਗੀ।

ਉਹ ਔਰਤ ਉਹਨਾਂ ਬਾਬੀਆਂ ਦੀ ਗੱਲਾਂ ਤੋ ਬਹੁਤ ਪ੍ਰਭਾਵਿਤ ਹੋ ਗਈ । ਉਸ ਔਰਤ ਨੇ ਆਪਣੀ ਹੀ ਪੜੋਸੀ ਦਾ ਇੱਕ ਬੱਚਾ ਰਾਤ ਵੇਲੇ ਚਕ ਲਿਆ ਸੀ। ਤੇ ਉਸ ਬੱਚੇ ਨੂੰ ਮਾਰ ਕੇ ਉਸਦੇ ਖੂਨ ਵਿੱਚ ਆਪਣਾ ਸਿਰ ਧੋਇਆ ਸੀ । ਜਦੋਂ ਪੜੋਸੀ ਨੂੰ ਆਪਣੇ ਬੱਚਾ ਕਿੱਥੇ ਵੀ ਨਾ ਮਿਲੀਆਂ ਤਾਂ ਉਹਨਾਂ ਨੇ ਪੁਲਿਸ ਬੁਲਾਈ। ਉਸ ਸਮੇਂ ਪੂਰੇ ਪਿੰਡ ਦੀ ਤਲਾਸ਼ੀ ਕਰਨ ਲਈ ਪੁਲਿਸ਼ ਪਿੰਡ ਵਿਚ ਆ ਗਈ ਸੀ। ਸਭ ਤੋਂ ਪਹਿਲਾਂ ਤਾਂ ਪੜੋਸੀਆ ਦੇ ਘਰ ਦੀ ਤਲਾਸ਼ੀ ਹੋਈ । ਜਿਸ ਔਰਤ ਨੇ ਬੱਚਾ ਚੁਕਿਆ ਸੀ ਉਹ ਉਹਨਾਂ ਦੀ ਪੜੋਸੀ ਸੀ ਜਿਸ ਕਾਰਨ ਸਭ ਤੋਂ ਜਿਆਦਾ ਸ਼ਕ ਉਸ ਉਤੇ ਹੀ ਸੀ। ਕਿਉਕਿ ਇਕ ਤਾਂ ਉਹ ਔਰਤ ਛੋਟੇ ਛੋਟੇ

ਬਚਿਆਂ ਨੂੰ ਕਈ ਤਰਾਂ ਦੇ ਲਾਲਚ ਦੇ ਕੇ ਆਪਣੇ ਘਰ ਬੁਲਾਉਦੀ ਸੀ ਤੇ ਦੂਜਾ ਉਸ ਕੋਲ ਆਪਣਾ ਕੋਈ ਬੱਚਾ ਨਹੀ ਸੀ। ਜਦੋਂ ਪੁਲਿਸ਼ ਨੇ ਉਸ ਔਰਤ ਦੇ ਘਰ ਦੀ ਤਲਾਸ਼ੀ ਲਈ ਗਈ ਤਾਂ ਉਸ ਘਰ ਦੇ ਪਾਣੀ ਦੇ ਟੈਂਕ ਵਿਚੋਂ ਉਸ ਛੋਟੇ ਬੱਚੇ ਦੀ ਲਾਸ਼ ਮਿਲੀ ਸੀ। ਜਦੋਂ ਉਸ ਬੱਚੇ ਦੀ ਲਾਸ਼ ਟੈਂਕ ਵਿਚੋਂ ਕਢੀ ਤਾਂ ਸਾਰਾ ਪਿੰਡ ਹੈਰਾਨ ਰਹਿ ਗਿਆ ਸੀ। ਚਾਰੇ ਪਾਸ਼ੇ ਡਰ ਤੇ ਦਸ਼ਹਤ ਦਾ ਮਾਹੌਲ ਹੋ ਗਿਆ ਸੀ। ਇਸ ਹਾਦਸੇ ਨੇ ਤਾਂ ਪੂਰੇ ਪਿੰਡ ਦੀ ਨੀਂਵ ਹਿਲਾ ਦਿਤੀ ਸੀ।

ਜਦੋਂ ਉਸ ਔਰਤ ਤੋਂ ਪੁਲੀਸ਼ ਨੇ ਲਾਸ਼ ਬਾਰੇ ਸਵਾਲ ਜਵਾਬ ਕਿਤੇ ਤਾਂ ਪਤਾ ਲਗੀਆ ਕਿ ਉਸ ਔਰਤ ਨੇ ਸਭ ਕੁੱਝ ਦਸ ਦਿੱਤਾ ਸੀ ਕਿ ਇਹ ਸਭ ਉਸ ਨੇ ਸੰਤਾਨ ਪ੍ਰਪਾਤੀ ਲਈ ਕਿਤਾ ਸੀ। ਉਹ ਔਰਤ ਹੁਣ ਵੀ ਜੇਲ ਵਿਚ ਹੈ।

ਉਸ ਤੋਂ ਬਾਅਦ ਤਾਂ ਇਦਾਂ ਦੀਆਂ ਗੱਲਾਂ ਪਿੰਡ ਵਿਚ ਬੜੀ ਜ਼ੋਰਾਂ ਨਾਲ ਪ੍ਰਚਲੀਤ ਹੋਈਆਂ ' ਤਰਾਂ ਤਰਾਂ ਦੀਆਂ ਗੱਲਾਂ ਪਿੰਡ ਵਿਚ ਹੋ ਰਹੀਆਂ ਸੀ।

ਪਿੰਡ ਵਾਲੀਆਂ ਦਾ ਫੈਸਲਾ ਸੀ ਉਹਨਾਂ ਬਾਬੀਆ ਨੂੰ ਪਿੰਡ ਵਿਚੋਂ ਤੋ ਬਾਹਰ ਕਢਣਾ ਹੀ ਸਹੀ ਰਹੇਗਾ। ਨਹੀ ਤਾਂ ਪਿੰਡ ਸਮਸਾਨ ਬਣ ਜਾਵੇਗਾ। ਜਾਦੂ ਟੂਣਾ ਕਰਨ ਵਾਲੇਆਂ ਨੇ ਆਪਣੇ ਚੇਲੇ ਵੀ ਬਣਾਏ ਹੋਏ ਸੀ। ਤੇ ਪਿੰਡ ਤੇ ਕੁੱਝ ਕੁ ਲੋਕ ਉਹਨਾਂ ਨੂੰ ਮੰਨਦੇ ਸੀ ਤੇ ਰਾਤ ਨੂੰ ਉਹਨਾਂ ਕੌਲ ਜਾਂਦੇ ਸੀ। ਕਈ ਲੋਕ ਤਾਂ ਕਾਲੇ ਜਾਦੂ ਵੀ ਸਿਖਦੇ ਸੀ। ਪਿੰਡ ਦੇ ਲੋਕ ਆਪਣੇ ਪੜੋਸੀਆਂ ਤੋਂ ਬਦਲਾ ਲੈਣ ਲਈ ਅਜਿਹਾ ਕੰਮ ਸਿਖਦੇ ਸੀ।

ਸਾਡੇ ਪਿੰਡ ਦਾ ਤਾਂ ਬੁਰਾ ਹਾਲ ਹੋ ਗਿਆ ਸੀ। ਹੁਣ ਪਾਣੀ ਸ਼ਿਰ ਤੋਂ ਉਪਰ ਲੰਘ ਗਿਆ ਸ਼ੀ। ਇਕ ਦਿਨ ਪਿੰਡ ਦਾ ਸੰਰਪਚ ਤੇ ਹੋਰ ਪਿੰਡ ਦੇ ਲੋਕ ਪਕਾ ਇਰਾਦਾ ਕਰਦੇ ਹਨ ਕਿ ਅੱਜ ਦੀ ਰਾਤ ਇਹਨਾਂ ਕਾਲਾ ਜਾਦੂ ਕਰਨ ਵਾਲੀਆਂ ਨੂੰ ਪਿੰਡ ਤੋਂ ਬਾਹਰ ਕਢ ਦਿੱਤਾ ਜਾਵੇਗਾ ।

ਜਿਹੜੇ ਪਿੰਡ ਦੇ ਕੁਝ ਕੁ ਉਹਨਾਂ ਦੇ ਚੇਲੇ ਸੀ । ਉਹ ਸਾਧੂਆਂ ਨੂੰ ਸਾਰੀ ਖ਼ਬਰ ਦੇ ਦਿੰਦੇ ਹਨ ਕਿ ਬਾਬਾ ਜੀ ਅੱਜ ਦੀ ਰਾਤ ਸਾਰੇ ਪਿੰਡ ਦੇ ਲੋਕ ਇੱਕਠੇ ਹੋ ਕੇ ਤੁਹਾਨੂੰ ਇਥੋਂ ਮਾਰ ਮਾਰ ਕੇ ਬਾਹਰ ਕਢ ਦੇਣਗੇ | ਤੁਸੀ ਪਹਿਲਾਂ ਹੀ ਇਥੋਂ ਚੱਲੇ ਜਾਓ |

ਉਹ ਸਾਧੂ ਇਸ ਗਲ ਸੁਣਕੇ ਨਾਰਾਜ਼ ਹੋ ਗਏ ਸੀ । ਨਾਰਾਜ਼ਗੀ ਦੇ ਕਾਰਨ ਉਸ ਰਾਤ ਉਹਨਾਂ ਸਾਧੂਆਂ ਨੇ ਪਿੰਡ ਦੀ ਕਈ ਥਾਵਾਂ ਤੇ 11 ਮਿੱਟੀ ਦੇ ਘੜੇ ਕਾਲੇ ਕਪੜਿਆ ਵਿੱਚ ਬੰਨ ਕੇ ਜ਼ਮੀਨ ਵਿਚ ਦਫ਼ਨ ਕਰ ਦਿਤੇ ਸੀ । ਪਰ ਕਿਸੇ ਨੂੰ ਵੀ ਇਹ ਨਹੀ ਪਤਾ ਸੀ ਉਹਨਾਂ ਬਾਬੀਆਂ ਨੇ ਉਹ ਘੜੇ ਕਿਥੇ ਦਫ਼ਨ ਕਿਤੇ ਹੋਏ ਨੇ।

ਪਿੰਡ ਵਿਚ ਪੂਰੀ ਲੜਾਈ ਹੁੰਦੀ ਹੈ। ਸਾਰਾ ਪਿੰਡ ਇਕੱਠਾ ਹੋ ਜਾਦਾ ਹੈ ਤੇ ਪਿੰਡ ਵਾਲੇ ਇਹ ਚਾਹੁੰਦੇ ਸੀ ਕਿ ਉਹ ਬਾਬੇ ਸਾਡੇ ਪਿੰਡ ਤੋਂ ਦੂਰ ਚਲੇ ਜਾਣ ਪਿੰਡ ਵਾਲੇ ਤਾਂ ਉਹਨਾਂ ਨੂੰ ਜਾਨ ਤੋਂ ਮਾਰਨ ਲਈ ਵੀ ਤਿਆਰ ਸੀ। ਪਿੰਡ ਵਾਲੀਆਂ ਵਿੱਚ ਬਹੁਤ ਗੁੱਸਾ ਅਤੇ ਨਫ਼ਰਤ ਸੀ। ਪਿੰਡ ਦਾ ਸਰਪੰਚ ਅਤੇ ਪਿੰਡ ਦੇ ਲੋਕ ਰਲ ਕੇ ਉਹਨਾਂ ਬਾਬੀਆਂ ਨੂੰ ਪਿੰਡ ਤੋਂ ਬਾਹਰ

ਕਢਣ ਦੀ ਪੂਰੀ ਕੋਸ਼ਿਸ ਕਰਦੇ ਹਨ। ਉਸ ਰਾਤ ਪੂਰੀ ਲੜਾਈ ਚਲਦੀ ਹੈ। ਹੁਣ ਵੀ ਪਿੰਡ ਦੇ ਬਹੁਤੇ ਬਜੁਰਗਾਂ ਨੂੰ ਉਹ ਰਾਤ ਅਜ ਤੱਕ ਯਾਦ ਹੈ।

ਉਸ ਰਾਤ ਪਿੰਡ ਵਾਲੀਆਂ ਅਤੇ ਬਾਬੀਆਂ ਵਿਚਕਾਰ ਇਕ ਯੁਦ ਹੋਈਆ ਸੀ। ਜਿਸ ਵਿੱਚ ਪਿੰਡ ਵਾਲੀਆਂ ਦੀ ਜੀਤ ਹੋਈ ਸੀ। ਪਿੰਡ ਵਾਲੀਆਂ ਨੇ ਮਿਲ ਕੇ ਬਾਬੀਆਂ ਨੂੰ ਆਪਣੇ ਪਿੰਡ ਤੋਂ ਬਾਹਰ ਕੱਢ ਦਿੱਤਾ ਸੀ। ਜਦੋਂ ਉਹ ਬਾਬੇਆਂ ਨੇ ਪੂਰੀ ਤਰਾਂ ਪਿੰਡ ਛੱਡ ਦਿਤਾਂ ਤਾਂ ਪਿੰਡ ਵਾਲੀਆਂ ਨੂੰ ਸੁਖ ਦਾ ਸਾਹ ਆਇਆ।

ਉਸ ਤੋਂ ਬਾਅਦ ਪਿੰਡ ਵਿੱਚ ਸ਼ਾਂਤੀ ਦਾ ਮਾਹੌਲ ਹੋਈਆ। ਪਿੰਡ ਵਿੱਚ ਸ਼ਿਵ ਦਾ ਮੰਦਿਰ ਬਣਾ ਕੇ ਮੂਰਤੀ ਸਥਾਪਨਾ ਕਿਤੀ ਗਈ। ਪਿੰਡ ਵਾਸੀਆਂ ਨੇ ਰਲ-ਮਿਲ ਸਾਰੇ ਪਿੰਡ ਵਾਸੀਆ ਨੂੰ ਭੋਜਨ ਕਰਵਾਇਆ। ਪਿੰਡ ਵਾਸ਼ੀ ਇਸ ਗੱਲ ਤੋਂ ਖੁਸ ਸੀ ਕਿ ਉਹ ਕਾਲ਼ਾ ਜਾਦੂ ਕਰਨ ਵਾਲੇ ਪਿੰਡ ਤੋਂ ਦੂਰ ਚਲੇ ਗਏ। ਪਿੰਡ ਹੁਣ ਆਜ਼ਾਦ ਹੋ ਗਿਆ ਸੀ। ਪਿੰਡ ਵਿੱਚ ਸਭ ਕੁੱਝ ਪਹਿਲਾਂ ਦੀ ਤਰਾਂ ਹੋ ਜਾਂਦਾਂ ਹੈ।

ਸਭ ਠੀਕ ਹੀ ਸੀ ਕਿ ਥੋੜੇ ਹੀ ਦਿਨਾਂ ਬਾਅਦ ਪਿੰਡ ਵਿੱਚ ਇੱਕ ਗੱਲ ਅੱਗ ਵਾਂਗੂ ਫੈਲ ਜਾਂਦੀ ਹੈ ਕਿ ਪਿੰਡ ਦੇ ਚਾਰ ਚੁਫੇਰੇ ਉਹਨਾਂ ਬਾਬੀਆਂ ਦੁਆਰਾ 11 ਘੜੇ ਜ਼ਮੀਨ ਵਿਚ ਦਫ਼ਨ ਕਿਤੇ ਹੋਏ ਹਨ। ਪਰ ਕਿਸੇ ਨੂੰ ਇਹ ਨਹੀ ਸੀ ਪਤਾ ਕਿ ਉਹ ਘੜੇ ਕਿਥੇ ਦਫ਼ਨ ਕਿਤੇ ਹੋਵੇ ਹਨ। ਉਹਨਾਂ 11 ਘੜਿਆਂ ਦੀ ਗੱਲ ਨਾਲ ਪਿੰਡ ਵਿੱਚ ਤਰਾਂ- ਤਰਾਂ ਦੀ ਗੱਲਾਂ ਫੈਲਣ ਲੱਗ ਗਈਆਂ ।

ਜਿਵੇਂ ਕਿ ਜੇ ਕਿਸੇ ਨੂੰ ਉਹਨਾਂ ਘੜਿਆਂ ਵਿਚੋਂ ਕੋਈ ਵੀ ਘੜਾ ਮਿਲਦਾ ਹੈ ਤਾਂ ਉਸਦਾ ਸਾਰਾ ਪਰਿਵਾਰ ਖਤਮ ਹੋ ਜਾਵੇਗਾ । ਕਈ ਤਾਂ ਇਹ ਵੀ ਕਹਿੰਦੇ ਨੇ ਉਹਨਾਂ ਘੜਿਆਂ ਵਿਚ 11 ਸ਼ੈਤਾਨੀ ਆਤਮਾਵਾਂ ਹਨ। ਜਿਹੜੀਆਂ ਕਿ ਪਿੰਡ ਨੂੰ ਪੂਰੀ ਤਰਾਂ ਤਬਾਹ ਕਰ ਦੇਣਗੀਆਂ ।

ਲੋਕ ਇਹ ਵੀ ਕਹਿ ਰਹਿ ਸੀ ਕਿ ਉਹਨਾਂ ਘੜਿਆਂ ਵਿਚ ਜਿੰਨ੍ਹ ਕੈਦ ਕਿਤੇ ਹੋਏ ਹਨ। ਜਿਹੜੇ ਕਿਸੇ ਘਰ ਉਤੇ ਕਬਜ਼ਾ ਕਰ ਲੈਂਦੇ ਤੇ ਉਸ ਘਰ ਦੇ ਮੈਬਰਾਂ ਤੋਂ ਬੁਰੇ ਕੰਮ ਕਰਵਾਉਂਦੇ ਹਨ। ਤਰਾਂ- ਤਰਾਂ ਦੀਆਂ ਗੱਲਾਂ ਪਿੰਡ ਵਿੱਚ ਹੋਣੀਆਂ ਸ਼ੁਰੂ ਹੋ ਗਈਆ ਸੀ। ਘੜਿਆਂ ਨੂੰ ਲੈਕੇ ਪਿੰਡ ਵਿੱਚ ਦੁਬਾਰਾ ਤੋਂ ਡਰ ਦਾ ਮਾਹੌਲ ਹੋ ਗਿਆ ਹਰ ਕੋਈ ਉਹਨਾਂ ਘੜਿਆਂ ਬਾਰੇ ਹੀ ਗੱਲ ਕਰ ਰਿਹਾ ਸੀ।

ਇਕ ਦਿਨ ਪਿੰਡ ਖੇਤਾਂ ਵਿੱਚ ਕਿਸੇ ਬੰਦੇ ਨੂੰ ਟਿਊਬਵੈੱਲ ਲਗਵਾਉਣਾ ਸੀ। ਜਿਸ ਨਾਲ ਖੇਤਾਂ ਵਿੱਚ ਫਸਲਾਂ ਨੂੰ ਪਾਣੀ ਦੇਣਾ ਸੀ । ਜਿਸ ਕਾਰਨ ਉੱਥੇ ਟਿਊਬਵੈੱਲ ਲਗਾਉਣ ਲਈ ਮਿੱਟੀ ਦੀ ਖੁਦਾਈ ਕੀਤੀ ਗਈ ਤੇ ਹੁੰਦਾ ਕਿ ਹੈ ਕਿ ਉਸ ਸਮੇਂ ਜਮੀਨ ਵਿਚੋਂ ਇੱਕ ਅਜਿਹਾ ਹੀ ਘੜਾ ਮਿਲੀਆ ਸੀ ਜਿਸ ਬਾਰੇ ਪਿੰਡ ਵਿੱਚ ਗੱਲਾਂ ਹੋ ਰਹੀਆਂ ਸੀ। ਜਿਸ ਕਾਰਨ ਉਸ ਦੇ ਪਰਿਵਾਰ ਵਿੱਚ ਬਹੁਤ ਮੁਸਕਿਲਾਂ ਸੁਰੂ ਹੋ ਗਈਆਂ ਸੀ। ਉਸ ਦੇ ਜਵਾਨ ਭਰਾ ਦਾ ਗੱਡੀ ਨਾਲ ਐਕਸੀਡੈਂਟ ਹੋ ਗਿਆ ਤੇ ਉਸੇ ਦੇ ਜਵਾਨ ਭਰਾ ਦੀ ਮੌਤ ਹੋ ਗਈ ਸੀ। ਉਹ ਬਹੁਤ ਡਰ ਗਿਆ ਸੀ। ਟੈਂਸ਼ਨ ਕਾਰਨ ਉਹ ਵਿਅਕਤੀ ਝਲਾ ਹੋ ਗਿਆ ਸੀ ਤੇ ਸ਼ਿਰੇ ਦਾ ਨਸੇੜੀ ਬਣ ਗਿਆ । ਉਸਦਾ ਸਾਰਾ ਪਰਿਵਾਰ ਉਜੜ ਗਿਆ ਸੀ ।

ਪਿੰਡ ਦੇ ਲੋਕ ਇੱਕ ਵਾਰ ਫਿਰ ਤੋ ਡਰ ਗਏ ਸੀ। ਪਿੰਡ ਦੇ ਲੋਕੀਂ ਇਸਦਾ ਕਾਰਣ ਉਸ ਮਿੱਟੀ ਦੇ ਘੜੇ ਨੂੰ ਹੀ ਮੰਨ ਰਹੇ ਸੀ । ਜਿਹੜੇ ਕਿ ਉਹਨਾਂ ਕਾਲ਼ਾ ਜਾਦੂ ਕਰਨ ਵਾਲੇ ਬਾਬੀਆਂ ਨੇ ਦਫ਼ਨ ਕਿਤਾ ਸੀ। ਉਸ ਤੋਂ ਬਾਅਦ ਪਿੰਡ ਵਿਚ ਅਜਿਹਾ ਹੋਰ ਕੋਈ ਹਾਦਸਾ ਨਹੀ ਹੋਈਆ ।

ਹੌਲੀ-ਹੌਲੀ ਇਹ ਗੱਲ ਪੁਰਾਣੀ ਹੁੰਦੀ ਚਲੀ ਗਈ । ਲੋਕਾਂ ਨੇ ਇਸ ਗੱਲ ਤੇ ਧਿਆਨ ਦੇਣਾ ਛੱਡ ਦਿਤਾ ਪਰ ਪੁਰਾਣੇ ਬਜ਼ੁਰਗਾਂ ਨੂੰ ਸਭ ਕੁੱਝ ਪਤਾ ਹੈ। ਅੱਜ ਦੇ ਬੰਦਿਆਂ ਨੂੰ ਤਾਂ ਸਿਰਫ਼ ਇਹ ਇੱਕ ਕਹਾਣੀ ਹੀ ਲੱਗਦੀ ਹੈ । ਪਰ ਪੁੱਤਰ ਹੁਣ ਸਾਡੀ ਜ਼ਮੀਨ ਵਿੱਚੋਂ ਇੱਕ ਘੜਾ ਨਿਕਲੀਆਂ ਹੈ ਤੇ ਮੈਨੂੰ ਲੱਗਦਾ ਹੈ ਕਿ ਇਹ ਉਹਨਾਂ ਘੜੀਆਂ ਵਿਚੋਂ ਹੀ ਇਹ

ਇਕ ਹੈ ਜਿਹੜਾ ਕਿ ਕਈ ਸਾਲ ਪਹਿਲਾਂ ਉਹਨਾਂ ਕਾਲ ਜਾਦੂ ਕਰਨ ਵਾਲੀਆ ਨੇ ਦਫ਼ਨ ਕਿਤਾ ਸੀ। "

ਇਹ ਗੱਲ ਸੁਣਾਉਣ ਤੋ ਬਾਅਦ ਸ਼ੇਰ ਸਿੰਘ ਚੁੱਪ ਕਰ ਜਾਂਦਾ ਹੈ। ਵਿਕਰਮ ਅਜਿਹੀਆ ਗਲਾਂ ਤੇ ਬਿਲਕੁਲ ਵਿਸਵਾਸ ਨਹੀ ਕਰਦਾ ਸੀ। ਪਰ ਸੁਰਜੀਤ ਇਸ ਗੱਲ ਨੂੰ ਬਹੁਤ ਗੰਭੀਰਤਾ ਨਾਲ ਲੈਂਦਾ ਹੈ। "

ਇਸਦੇ ਨਾਲ ਹੀ ਸਮੀਰ ਆਪਣੀ ਕਹਾਣੀ ਖਤਮ ਕਰਦਾ ਹੈ। ਤੇ ਕਹਿੰਦਾ ਹੈ " ਅਗੇ ਦੀ ਕਹਾਣੀ ਤੁਸੀ ਪਿੰਡ ਕੇ ਲੋਕਾਂ ਤੋਂ ਸੁਣ ਹੀ ਸਕਦੇ ਹੋ। "

ਸਮੀਰ ਦੀ ਸੁਣਾਈ ਇਸ ਕਹਾਣੀ ਨੇ ਤਾਂ ਮੇਰੇ ਰੌਂਗਟੇ ਹੀ ਖੜੇ ਕਰ ਦਿਤੇ ਸੀ। ਮੈਂ ਇੰਨੇ ਧਿਆਨ ਨਾਲ ਸੁਣ ਰਿਹਾ ਸੀ ਕਿ ਮੈਂ ਸਭ ਕੁੱਝ ਹੁੰਦੇ ਹੋਏ ਦੇਖਿਆ ਹੋਏ। ਹੁਣ ਮੇਰੇ ਮਨ ਵਿਚ ਕੋਈ ਵੀ ਸਵਾਲ ਨਹੀ ਅਤੇ ਨਾਹੀਂ ਮੇਰੇ ਕੋਲ ਹਿੰਮਤ ਸੀ ਕਿ ਮੈਂ ਸਮੀਰ ਨੂੰ ਕੋਈ ਸਵਾਲ ਪੁਛਾਂ | ਨਸੀਬ ਦੇ ਵਿਸ਼ਾਲ ਵੀ ਸਮੀਰ ਦੀ ਗੱਲ ਨੂੰ ਬੜੇ ਧਿਆਨ ਨਾਲ ਸੁਣ ਰਹੇ ਸੀ।

ਵਿਸ਼ਾਲ ਕਹਿੰਦਾ ਹੈ " ਕਿਉਂ ਨਾ ਅਸੀ ਵਿਕਰਮ ਹੋਰ ਦੇ ਘਰ ਤੋਂ ਹੀ ਨਾ ਆਪਣੀ ਖੋਜ ਨੂੰ ਸ਼ੁਰੂ ਕਰੀਏ ? ਕਿਉਂ ਸਹੀ ਗਲ ਹੈ ਨਾਂ ਨਸੀਬ ! ? "

ਨਸੀਬ " ਹਾਂ ਜਰੂਰ ਸਮੀਰ ਦੀ ਗਲ ਚ ਦਮ ਤਾਂ ਹੈ ਨਾਲੇ ਸਾਡੇ ਪਿੰਡ ਦਾ ਉਹ ਬਹੁਤ ਪੁਰਾਣਾ ਘਰ ਵੀ ਹੈ। ਜੇ ਉਥੇ ਕੋਈ ਆਤਮਾ ਜਾਂ ਕੁਝ ਵੀ ਹੋਈਆਂ ਤਾਂ ਜਰੂਰ ਕੁਝ ਨਾ ਕੁਝ ਪਤਾ ਲੱਗ ਜਾਣਾ ਏ । "

ਮੇਰੀ ਤਾਂ ਬਿਲਕੁਲ ਬੋਲਤੀ ਬੰਦ ਸੀ। ਮੈਂ ਤੇ ਕੁਝ ਬੋਲ ਨਹੀ ਰਿਹਾ ਸੀ ਬਸ ਚੁਪ ਚਾਪ ਉਹਨਾਂ ਦੀ ਹਾਂ ਵਿੱਚ ਹਾਂ ਮਿਲਾ ਰਿਹਾ ਸੀ। ਮੈਂ ਕਿਹਾ " ਹੁਣ ਯਾਰ ਘਰ ਚਲਦੇ ਹਾਂ ਬਹੁਤ ਦੇਰ ਹੋ ਗਈ ਹੈ ਅਸੀ ਕਲ ਮਿਲਦੇ ਹਾਂ । "

ਵਿਸ਼ਾਲ " ਯਾਰ ਤੈਨੂੰ ਤਾਂ ਜਾਣ ਦੀ ਹੀ ਲਗੀ ਰਹਿੰਦੀ ਹੈ। ਕਿਤੇ ਤੈਨੂੰ ਡਰ ਤੇ ਨਹੀ ਲਗ ਰਿਹਾ ? "
ਮੈਂ ਕਿਹਾਂ " ਨਹੀਂ ! ਮੈਨੂੰ ਲਗਦਾ ਹੁਣ ਘਰ ਜਾਣਾ ਚਾਹੀਦਾ ਹੈ | ਨਾਲੇ ਫਿਰ ਕਲ ਸਕੂਲ ਵੀ ਤੇ ਜਾਣਾ ਏ "
ਸਮੀਰ ਕਹਿੰਦਾ ਹੈ " ਹਾਂ ਯਾਰ ਹੁਣ ਚਲਦੇ ਹਾਂ ਬਹੁਤ ਹੋ ਗਈਆਂ ਗਲਾਂ "

ਸਮੀਰ ਦੇ ਇਹ ਗੱਲ ਕਹਿਣ ਤੋਂ ਬਾਅਦ ਅਸੀ ਆਪਣੇ - ਆਪਣੇ ਘਰ ਚਲੇ ਜਾਂਦੇ ਹਨ।

ਗੁੰਮਰਾਹ ਟੀਮ

ਅਸੀ ਜਿਹੜੀ ਟੀਮ (Ghost investigation team) ਦੀ ਸ਼ੁਰੂਆਤ ਕਿਤੀ ਸੀ। ਹੁਣ ਅਸੀ ਉਸ ਤੇ ਕੰਮ ਕਰਨ ਲਈ ਬਹੁਤ ਉਤਸ਼ਾਹਿਤ ਸੀ। ਅਸੀ ਆਪਣੇ ਕਹੇ ਅਨੁਸਾਰ ਐਤਵਾਰ ਵਾਲੇ ਦਿਨ ਇੱਕਠੇ ਹੋਣਾ ਸੀ। ਅਸੀ ਸੋਚਿਆ ਕਿ ਅਸੀ ਉਥੇ ਹੀ ਮਿਲਾਂਗੇ ਜਿੱਥੇ ਉਹ ਪੁਰਾਣਾ ਘਰ ਸੀ।

ਸਭ ਤੋਂ ਪਹਿਲਾਂ ਮੈਂ ਤੇ ਸਮੀਰ ਉਥੇ ਪਹੁੰਚ ਜਾਂਦੇ ਹਾਂ। ਨਸ਼ੀਬ ਤੇ ਵਿਸ਼ਾਲ ਨੇ ਹਾਲੇ ਉਥੇ ਆਉਣਾ ਸੀ। ਉਹਨਾਂ ਨੂੰ ਆਉਣ ਵਿੱਚ ਥੋੜਾ ਸਮਾਂ ਲਗਦਾ ਹੈ। ਮੈਂ ਤੇ ਸਮੀਰ ਉਥੇ ਪਹੁੰਚ ਕੇ ਉਸ ਘਰ ਨੂੰ ਹੀ ਦੇਖ ਰਹੇ ਸੀ। ਨਾਲੇ ਉਸ ਬਾਰੇ ਗਲਬਾਤ ਕਰ ਰਹੇ ਸੀ ।

ਅਸੀਂ ਤਾਂ ਖੜੇ ਗੱਲਾਂ ਹੀ ਕਰ ਰਹੇ ਸੀ ਤਾਂ ਸਾਡੇ ਨਾਲ ਸਾਡੇ ਨਾਲ ਇੱਕ ਅਜੀਬ ਘਟਨਾ ਹੁੰਦੀ ਹੈ। ਅਸੀ ਦੇਖਦੇ ਹਾਂ ਕਿ ਉਸ ਘਰ ਵਿੱਚੋਂ ਇੱਕ ਬਜ਼ੁਰਗ ਔਰਤ ਘਰ ਦੇ ਬਾਹਰ ਵੱਲ ਝਾਂਕ ਰਹੀ ਸੀ।

ਇੰਝ ਲਗ ਰਿਹਾ ਸੀ ਕਿ ਉਹ ਕਿਸੇ ਨੂੰ ਦੇਖ ਰਹੀ ਹੋਵੇਂ ਜਿਵੇਂ ਕਿਸੇ ਤੇ ਉਹ ਨਜ਼ਰ ਰੱਖ ਰਹੀ ਹੋਵੇ। ਉਦੋਂ ਹੀ ਉਹਨਾਂ ਦੇ ਘਰ ਅੱਗੇ ਇੱਕ ਫਕ਼ੀਰ ਭਗਤ ਬੰਦਾ ਜਿਹੜਾ ਕਿ ਸ੍ਰੀ ਰਾਮ ਦੇ ਗੀਤ ਗਾ ਰਿਹਾ ਸੀ। ਉਹ ਉਸ ਘਰ ਦੇ ਗੇਟ ਅੱਗੇ ਖੜ ਜਾਂਦਾ ਹੈ ਤੇ ਆਵਾਜ਼ ਮਾਰਕੇ ਕਹਿੰਦਾ ਹੈ ਕਿ " ਮਾਤਾ ਕੁੱਝ ਦਾਨ ! ਪੁਨ ਕਰੋ ! " ਉਸਦੇ ਇਨਾਂ ਕਹਿਣ ਤੇ ਜਿਹੜੀ ਔਰਤ ਗੇਟ ਕੋਲ ਖੜ ਕੇ ਬਾਹਰ ਵਲ ਝਾਂਕ ਰਹੀ ਸੀ। ਉਹ ਇਕ ਦਮ ਘਰ ਦੇ ਅੰਦਰ ਚਲੀ ਜਾਂਦੀ ਹੈ। ਜਿਵੇਂ ਕਿ ਉਹ ਕਿਸੇ ਚੀਜ਼ ਤੋਂ ਡਰ ਗਈ ਹੋਵੇ। ਅਸੀ ਦੋਵੇਂ ਤਾਂ ਇਹ ਸਭ ਦੇਖ ਕੇ ਹੈਰਾਨ ਹੋ ਗਏ ਸੀ ਕਿ ਉਹ ਫਕੀਰ ਨੂੰ ਦੇਖ ਕੇ ਇਕਦਮ ਅੰਦਰ ਕਿਉਂ ਚਲੀ ਗਈ ?

ਨਸ਼ੀਬ ਤੇ ਵਿਸ਼ਾਲ ਵੀ ਉਥੇ ਆ ਗਏ ਸੀ । ਮੈ ਕਿਹਾ ਕਿ " ਯਾਰ ਇਸ ਘਰ ਵਿੱਚ ਦੀ ਕੋਈ ਤਾਂ ਅਜ਼ੀਬ ਗੱਲ ਹੈ। ਐਵੇਂ ਨੀ ਪਿੰਡ ਦੇ ਲੋਕੀਂ ਇਸ ਘਰ ਬਾਰੇ ਤਰਾਂ-ਤਰਾਂ ਦੀਆਂ ਗੱਲਾਂ ਕਰਦੇ ਹਨ। "

ਨਸ਼ੀਬ ਕਹਿੰਦਾ ਹੈ " ਚਲ ਦੇਖਦੇ ਹਾਂ ਆਖਿਰ ਮਸਲਾ ਹੈ ਕਿ ? "

ਸਾਨੂੰ ਆਪਣੀ ਜਾਂਚ- ਪੜਤਾਲ ਨੂੰ ਵੀ ਅੱਗੇ ਲੈਕੇ ਜਾਣਾ ਸੀ। ਇਸ ਲਈ ਅਸੀ ਉਸ ਘਰ ਬਾਰੇ ਹੋਰ ਗਹਿਰਾਈ ਵਿੱਚ ਗੱਲਾਂ ਜਾਨਣਾ ਚਾਹੁੰਦੇ ਸੀ।

ਜਿੱਥੇ ਉਹ ਪੁਰਾਣਾ ਘਰ ਸੀ ਉਸ ਥਾਂ ਤੇ ਹਨੇਰਾ ਹੋਣ ਤੋਂ ਬਾਅਦ ਕੋਈ ਵੀ ਨਹੀ ਆਉਂਦਾ ਸੀ। ਉਸ ਘਰ ਦੇ ਆਸ ਪਾਸ ਇੱਕ-ਦੋ ਹੀ ਘਰ ਸੀ ਬਾਕੀ ਥਾਂ ਖੁਲੀ ਪਈ ਸੀ। ਹਨੇਰਾਂ ਹੋਂਣ ਤੇ ਸਾਨੂੰ ਵੀ ਉਥੇ ਰੁਕਣਾ ਸਹੀ ਨਹੀ ਸੀ ਲਗਦਾ | ਕਿਉਂਕਿ ਚਾਰੇ ਪਾਸੇ ਸ਼ਾਂਤੀ ਹੋ ਜਾਂਦੀ ਸੀ । ਇੰਝ ਲੱਗਦਾ ਸੀ ਜੇ ਇਥੇ ਕੁੱਝ ਵੀ ਹੋ ਗਿਆ ਤਾਂ ਕੋਈ ਸਾਡੀ ਮਦਦ ਲਈ ਵੀ ਨਹੀ ਆਉਗਾ | ਸ਼ਾਂਤ ਮਾਹੌਲ ਵਿਚੋਂ ਪੰਛੀਆਂ ਅਤੇ ਜਾਨਵਰਾਂ ਦੀ ਆਵਾਜ਼ ਹੋਰ ਵੀ ਡਰਾਵਣੀ ਲਗਦੀ ਸੀ।

ਪਰ ਉਸ ਦਿਨ ਅਸੀ ਸਲਾਹ ਕਿਤੀ ਕਿ ਅਸੀ ਹਨੇਰਾ ਹੋਣ ਤਕ ਕੁਝ ਸਮਾਂ ਤਾਂ ਅਸੀ ਇਥੇ ਜ਼ਰੂਰ ਰੁਕਾਂਗੇ ਤੇ ਕੋਸ਼ੀਸ ਕਰਾਂਗੇ ਕੀ ਆਪਣੀਆਂ ਅੱਖਾਂ ਤੋਂ ਕੋਈ ਦ੍ਰਿਸ਼ ਦੇਖੀਏ ਨਹੀ ਲੋਕ ਤਾਂ ਐਵੇਂ ਹੀ ਬਾਤਾਂ ਬਣਾਉਂਦੇ ਰਹਿੰਦੇ ਹਨ। ਕਿ ਇਥੇ ਆਤਮਾਵਾਂ , ਜਿੰਨ ਤੇ ਭੂਤ-ਪ੍ਰੇਤ ਰਹਿੰਦੇ ਹਨ। ਮੈ ਤੇ ਸਮੀਰ ਤਾਂ ਡਰਦੇ ਬਹੁਤ ਸੀ। ਅਸੀਂ ਪਹਿਲਾਂ ਹੀ ਕਹਿਣ ਲਗੇ " ਯਾਰ! ਪਤਾ ਨਹੀ ਕੀ ਹੋਊਗਾ ਅੱਜ ? " ਨਸ਼ੀਬ ਤੇ ਵਿਸ਼ਾਲ ਡਰਦੇ ਨਹੀ ਸੀ। ਉਹ ਤਿਆਰ ਸੀ । ਹਨੇਰਾ ਲਗਭਗ ਹੋ ਹੀ ਗਿਆ ਸੀ । ਅਸੀ ਚਾਰੇ ਦੋਸਤ ਉਥੇ ਹੀ ਖੜੇ ਆਪਣੀਆਂ ਗੱਲਾਂ ਕਰ ਰਹੇ ਸੀ।

ਉਥੋਂ ਲੰਘਦੇ ਇੱਕ ਬਜ਼ੁਰਗ ਨੇ ਸਾਨੂੰ ਚਿਤਾਵਣੀ ਦਿੰਦੀਆਂ ਕਿਹਾ ਕਿ ਬੱਚਿਓ ਆਪਣੇ ਘਰ ਚਲੇ ਜਾਓ। ਇੰਨਾ ਕਹਿ ਕੇ ਉਹ ਬਜ਼ੁਰਗ ਅੱਗੇ ਆਪਣੇ ਕਮਰੇ ਵਲ ਚਲਿਆ ਗਿਆ ਜਿਥੇ ਉਸ ਨੇ ਗਾਵਾਂ ਮੱਝਾਂ ਰੱਖੀਆਂ ਸੀ । ਅਸੀ ਕਹਿੰਦੇ ਹਾਂ "ਹਾਂਜੀ ਬਾਬਾ ਜੀ" ਤੇ ਥੋੜੀ ਦੂਰੀ ਤੇ ਜਾ ਕੇ ਫਿਰ ਉਸ ਜਗਾਹ ਤੇ ਮੁੜ ਆ ਜਾਂਦੇ ਹਾਂ। ਕਿਉਕਿ ਉਸ ਦਿਨ ਅਸੀ ਪੱਕਾ ਕਰ ਲਿਆ ਸੀ ਕੇ ਅਸੀ ਇਸ ਥਾਂ ਤੇ ਹਨੇਰਾ ਹੋਣ ਤੇ ਹੁੰਦਾ ਕਿ ਹੈ ? ਇਹ ਜਾਣ ਕੇ ਰਹਾਂਗੇ । ਸਾਡੇ ਮਨ ਵਿਚ ਉਤਸ਼ਾਹ ਸੀ ਤੇ ਡਰ ਵੀ ਸੀ | ਡਰ ਨਾਲੇ ਸਵਾਲ ਇਹ ਸੀ ਕਿ ਖੋਰੇ ਇੱਥੇ ਕੀ ਕੀ ਹੁੰਦਾ ਹੈ? ਉਸ ਦਿਨ ਅਸੀ ਪੂਰੇ ਜ਼ੋਸ ਵਿੱਚ ਸੀ ।

ਪਰ ਹੁੰਦਾ ਕਿ ਹੈ ਕਿ ਜਿਹੜਾ ਬਜ਼ੁਰਗ ਸਾਨੂੰ ਚਿਤਾਵਨੀ ਦੇ ਕੇ ਗਿਆ ਸੀ ਉਹ ਵਾਪਸ ਸਾਡੇ ਕੋਲ਼ ਆਉਂਦਾ ਹੈ। ਉਸ ਨੂੰ ਆਪਣੇ ਵੱਲ ਆਉਂਦੇ ਦੇਖ ਅਸੀ ਪਰੇਸ਼ਾਨ ਹੋ ਜਾਂਦੇ ਹਾਂ ਕਿ ਹੁਣ ਇਹ ਬਜ਼ੁਰਗ ਸਾਨੂੰ ਦੁਬਾਰਾ ਘਰ ਵਾਪਿਸ ਜਾਣ ਨੂੰ ਕਹੇਗਾ।
ਅਸੀ ਸੋਚ ਰਹੇ ਸੀ ਕਿ ਹੁਣ ਕਿ ਕਰੀਏ ਤਾਂ ਨਸ਼ੀਬ ਕਹਿੰਦਾ ਹੈ
" ਅਸੀ ਅੱਜ ਇਥੋਂ ਨਹੀ ਜਾਉਣਾ ! ਉਸ ਬਜੁਰਗ ਨੂੰ ਆਉਣ ਦਿਓ ਕੁੱਝ ਕੰਮ ਹੋਵੇਗਾ ਉਸ ਨੂੰ ਹੋਰ ਕੁਝ ਨੀ। "

ਅਸੀ ਚਾਰੇ ਉਥੇ ਖੜੇ ਗੱਲਾਂ ਬਾਤਾਂ ਕਰ ਰਹੇ ਸੀ। ਤੇ ਉਹ ਬਜੁਰਗ ਸਾਡੇ ਕੌਲ ਆਂਉਦਾ ਹੈ ! ਰੁਕ ਕੇ ਸਾਨੂੰ ਪੁਛਦਾ ਹੈ ਕਿ " ਬਚਿਓ! ਤੁਸੀ ਇੱਥੇ ਕੀ ਕਰ ਰਹੇ ਹੋ? "

ਉਹ ਬਜ਼ੁਰਗ ਆਦਮੀ ਸਾਡੀ ਕੁੱਝ ਗੱਲਾਂ ਸੁਣ ਲੈਂਦਾ ਹੈ ਜਦੋਂ ਅਸੀ ਉਸ ਘਰ ਦੇ ਬਾਰੇ ਗੱਲ ਕਰ ਰਹੇ ਸੀ। ਪਹਿਲਾਂ ਤਾਂ ਉਹ ਕਹਿੰਦਾ ਹੈ! ਕਿ ਬਚਿਓਂ ਰਾਤ ਹੋ ਗਈ ਹੈ ਹੁਣ ਤੁਸੀ ਆਪਣੇ ਘਰ ਚੱਲੇ ਜਾਓ। ਰਾਤ ਨੂੰ ਐਵੇਂ ਨੀ ਘੁੰਮਣਾ ਫਿਰਨਾ ਚਾਹੀਦਾ। ਤੇ ਦੂਜੀ ਗੱਲ ਉਹ ਇਹ ਕਹਿੰਦਾ ਹੈ "ਕਿ ਤੁਸੀ ਉਸ ਘਰ ਬਾਰੇ ਕੀ ਗੱਲਾਂ ਕਰ ਰਹੇ ਹੋ ? ਮੈਂ ਜਾਣਦਾ ਹਾਂ ਤੁਸੀ ਪਿੰਡ ਦੇ ਲੋਕਾਂ ਤੋਂ ਇਸ ਘਰ ਬਾਰੇ ਤਰ੍ਹਾਂ-ਤਰ੍ਹਾਂ ਦੀਆਂ ਗੱਲਾਂ ਸੁਣੀਆਂ ਹੋਣੀਆਂ 1 ਤੁਸੀ ਸੁਣੀਆ ਹੋਵੇਗਾ ਕਿ ਇਸ ਘਰ ਵਿਚ ਜਿੰਨ੍ਹ ਤੇ ਭੂਤ ਪ੍ਰੇਤ ਰਹਿੰਦੇ ਹਨ। "

ਅਸੀ ਥੋੜੇ ਹੈਰਾਨ ਤਾਂ ਹੁੰਦੇ ਪਰ ਸਾਡੇ ਮਨ ਵਿਚ ਜਗਿਆਸਾ ਹੁਣ ਹੋਰ ਵੀ ਵਧ ਜਾਂਦੀ ਹੈ। ਨਸ਼ੀਬ ਉਸ ਬਜੁਰਗ ਆਦਮੀ ਨੂੰ ਕਹਿੰਦਾ ਹੈ! " ਬਾਬਾ ਜੀ ! ਤੁਸੀ ਜਾਣਦੇ ਹੋ ਇਸ ਘਰ ਬਾਰੇ ? "

ਤਾਂ ਉਹ ਬਜੁਰਗ ਆਦਮੀ ਜਵਾਬ ਵਿੱਚ ਕਹਿੰਦਾ ਹੈ " ਮੈਂ ਬਹੁਤ ਗੱਲਾਂ ਜਾਣਦਾ ਹਾਂ ਤੇ ਨਾਲੇ ਕੁੱਝ ਦ੍ਰਿਸ਼ ਤਾਂ ਆਪਣੀਆਂ ਅੱਖਾਂ ਨਾਲ ਦੇਖੇ ਨੇ।" ਉਸਦੇ ਇਹਨਾਂ ਕਹਿਣ ਤੇ ਸਾਡੇ ਕੋਲੋਂ ਰੁਕਿਆ ਨਹੀ ਗਿਆ ਅਸੀ ਉਸ ਬਜੁਰਗ ਆਦਮੀ ਤੋਂ ਸਾਰਾ ਕੁਝ ਜਾਣਨਾ ਚਾਹੁੰਦੇ ਸੀ।

ਮੈਂ ਕਹਿੰਦਾ ਹਾਂ " ਬਾਬਾ ਜੀ! ਸਾਨੂੰ ਦੱਸ ਦਿਓ ? ਤੁਸੀ ਕਿ ਕਿ ਦੇਖੀਆ ਹੈ ਤੇ ਕੀ ਕੁੱਝ ਜਾਣਦੇ ਹੋ ਇਸ ਘਰ ਬਾਰੇ? "

ਉਹ ਬਜ਼ੁਰਗ ਆਦਮੀ ਪਹਿਲਾਂ ਤਾਂ ਹੱਸਦਾ ਹੈ। ਤੇ ਫਿਰ ਕਹਿੰਦਾ " ਤੁਸੀ ਹਾਲੇ ਬੱਚੇ ਹੋ! ਰਾਤ ਹੋ ਗਈ ਹੈ ਹੁਣ ਤੁਸੀ ਆਪਣੇ ਘਰ ਚਲੇ ਜਾਓ ! ਫਿਰ ਕਦੇ ਸੁਣਾਵਾਗਾਂ ਤੁਹਾਨੂੰ ਮੈ ਇਸ ਘਰ ਦੀਆਂ ਗੱਲਾਂ "

ਉਸ ਬਜੁਰਗ ਦੇ ਇਨਾਂ ਕਹਿਣ ਬਾਅਦ ਹੀ ਨਸ਼ੀਬ ਉਸ ਬਜ਼ੁਰਗ ਆਦਮੀ ਨੂੰ ਸਵਾਲ ਕਰਦਾ ਕਹਿੰਦਾ ਹੈ ਕਿ " ਬਾਬਾ ਜੀ ਤੁਸੀ ਉਥੇ ਇੱਕਲੇ ਰਹਿੰਦੇ ਹੋ ? "

ਬਜ਼ੁਰਗ ਆਦਮੀ ਕਹਿੰਦਾ ਹੈ ਕਿ " ਹਾਂ ਰਾਤ ਨੂੰ ਇਥੇ ਮੈਂ ਇਕਲਾ ਹੀ ਰਹਿੰਦਾ ਹਾਂ ਤੇ ਤੁਸੀ ਜਿਸ ਘਰ ਬਾਰੇ ਗੱਲਾਂ ਕਰ ਰਹੇ ਹੋ। ਉਹਦੀਆਂ ਤਾਂ ਮੈਂ ਬਹੁਤ ਗੱਲਾਂ ਜਾਣਦਾ ਹਾਂ। ਕਿਉਕਿ ਸਾਡੇ ਛੋਟੇ ਹੁੰਦੀਆਂ ਤੋ ਹੀ ਅਸੀਂ ਇਸ ਘਰ ਵਿੱਚ ਅਜੀਬ ਤਰਾਂ ਦੀਆਂ ਘਟਨਾਵਾਂ ਹੁੰਦੀਆਂ ਦੇਖੀਆਂ ਨੇ ਨਾਲੇ ਕੁੱਝ ਬਾਰੇ ਤਾਂ ਬਚਪਨ ਤੋਂ ਹੀ ਸੁਣਦੇ ਆ ਰਹੇ ਹਾਂ। ਇਹ ਘਰ ਬਹੁਤ ਪੁਰਾਣਾ ਹੈ। ਤੇ ਇਸ ਵਿੱਚ ਅਜੀਬ- ਅਜੀਬ ਘਟਨਾਵਾਂ ਹੁੰਦੀਆਂ ਰਹਿੰਦੀਆਂ ਸੀ।"

ਮੈਂ ਕਹਿੰਦਾ ਹਾਂ " ਸਾਨੂੰ ਫਿਰ ਦਸ ਦਿਓ ਕੁੱਝ ਇਸ ਘਰ ਬਾਰੇ "

ਉਹ ਬਜ਼ੁਰਗ ਕਹਿੰਦਾ ਹੈ " ਜਦੋਂ ਅਸੀ ਛੋਟੇ ਹੁੰਦੇ ਸੀ ਤਾਂ ਬਹੁਤ ਡਰਦੇ ਸੀ। ਸਾਡੇ ਮਾਪੇ ਤਾਂ ਸਾਨੂੰ ਇਥੇ ਖੇਡਣ ਵੀ ਨਹੀ ਸੀ ਦਿੰਦੇ। ਕੁੱਝ ਪਿੰਡ ਵਾਲੇ ਤਾਂ ਹੁਣ ਵੀ ਇਸ ਘਰ ਤੋਂ ਬਹੁਤ ਡਰਦੇ ਹਨ। ਤੇ ਹੁਣ ਵੀ ਇਸ ਘਰ ਦੇ ਨੇੜੇ ਆਪਣੇ ਬੱਚਿਆਂ ਨੂੰ ਆਉਣ ਨਹੀ ਸੀ ਦਿੰਦੇ । ਪਰ ਕੁੱਝ ਲੋਕਾਂ ਦਾ ਕਹਿਣਾ ਹੈ ਕਿ ਇਸ ਘਰ ਵਿਚ ਜੋ ਵੀ ਭੂਤ ਜਾਂ ਆਤਮਾ ਹੈ ਹੁਣ ਉਸ ਤੇ ਕੁੱਝ ਹਦ ਤਕ ਕਾਬੂ ਪਾ ਲਿਆ ਹੈ। "

ਉਸ ਬਜ਼ੁਰਗ ਆਦਮੀ ਦਾ ਇੰਨੀ ਗੱਲ ਕਹਿਣ ਨਾਲ ਹੀ ਮੈਂ ਘਬਰਾ ਗਿਆ ਸੀ। ਇਕ ਤਾਂ ਹਨੇਰਾ ਵੀ ਸੰਘਣਾ ਹੋ ਗਿਆ ਸੀ। ਤੇ ਦੂਜਾ ਅਸੀ ਖੜੇ ਵੀ ਉਥੇ ਪੁਰਾਣੀ ਵੀਰਾਨ ਜਿਹੀ ਥਾਂ ਉਤੇ ਸੀ।

ਸਮੀਰ ਮੇਰੇ ਕੋਲ ਖੜਾ ਹਲਕੀ ਜਿਹੀ ਆਵਾਜ ਵਿੱਚ ਮੈਨੂੰ ਕਹਿੰਦਾ ਹੈ " ਯਾਰ ਚਲ ਘਰ ਚਲਦੇ ਹਾਂ ! ਘਰਦੇ ਉਡੀਕ ਕਰ ਰਹੇ ਹੋਣੇ ਕਿਤੇ ਇਹ ਨਾ ਹੋਵੇ ਕਿ ਘਰ ਜਾ ਕੇ ਡਾਂਟ ਪਏ "

ਮੈਂ ਥੋੜੀ ਦੇਰ ਸੋਚਿਆ ਤੇ ਇਰਾਦਾ ਕਿਤਾ ਕਿ ਹੁਣ ਘਰੇ ਜਾਣਾ ਵੀ ਜਰੂਰੀ ਹੈ ਤੇ ਕਲ ਸਕੂਲ ਵੀ ਜਾਣਾ ਹੈ। ਅਗਲੇ ਦਿਨ ਸ਼ਨੀਵਾਰ ਸੀ। ਮੈਂ ਆਪਣੇ ਦੋਸਤਾਂ ਨੂੰ ਕਿਹਾ ਕਿ ਯਾਰ ਰਾਤ ਹੋ ਗਈ ਹੈ ਹੁਣ ਘਰੇ ਚੱਲਦੇ ਕਲ ਰਾਤ ਨੂੰ ਇੱਥੇ ਆਵਾਂਗੇ ਤੇ ਬਾਬਾ ਜੀ ਤੋਂ ਪੂਰੀ ਕਹਾਣੀ ਸੁਣਾਗੇਂ ।

ਬਾਬਾ ਜੀ ਮੇਰੀ ਗੱਲ ਸੁਣ ਕੇ ਹਸਣ ਲਗ ਪੈਂਦੇ ਹਨ ਤੇ ਕਹਿੰਦੇ ਹਨ " ਕੋਈ ਗੱਲ ਨੀ ਪੁੱਤਰ ! ਹੁਣ ਰਾਤ ਹੋ ਗਈ ਹੈ ਤੁਸੀ ਆਪਣੇ ਘਰੇ ਜਾਓ ਕਲ ਮੇਰੇ ਕੋਲ ਉਥੇ ਕਮਰੇ ਵਿਚ ਹੀ ਆ ਜਾਈਓ ਮੈਂ ਉਥੇ ਹੀ ਹੋਵਾਗਾਂ "

ਇਹਨਾਂ ਕਹਿ ਕੇ ਉਹ ਬਜ਼ੁਰਗ ਆਦਮੀ ਆਪਣੇ ਕਮਰੇ ਵੱਲ ਨੂੰ ਚਲ ਪੈਂਦਾ ਹੈ। ਤੇ ਅਸੀ ਚਾਰੇ ਦੋਸਤ ਵੀ ਆਪਣੇ ਆਪਣੇ ਘਰ ਵਲ ਚਲ ਪੈਂਦੇ ਹਾਂ । ਕਿਉਕਿ ਅਗਲੇ ਦਿਨ ਅਸੀ ਸਕੂਲ ਵੀ ਤੇ ਜਾਣਾ ਸੀ ।

ਅਸੀ ਇਕ ਸਲਾਹ ਕਰਦੇ ਹਾਂ। ਵਿਸ਼ਾਲ ਸਾਨੂੰ ਸਾਰੀਆ ਨੂੰ ਕਹਿੰਦਾ ਹੈ " ਕਿ ਕਲ ਨੂੰ ਸ਼ਨੀਵਾਰ ਹੈ ਤੇ ਅਗਲੇ ਦਿਨ ਐਤਵਾਰ ਸਾਨੂੰ ਛੁੱਟੀ ਹੈ । ਇਸ ਕਰਕੇ ਅਸੀ ਕਲ ਰਾਤ ਨੂੰ ਪੂਰੀ ਰਾਤ ਹੀ ਬਾਬਾ ਜੀ ਕੋਲ ਬਹਿ ਕੇ ਗੱਲਾਂ ਸੁਣਾਂਗੇ ਨਾਲੇ ਆਪਣੀ ਖੋਜ ਵੀ ਅੱਗੇ ਵਧ ਜਾਵੇਗੀ । ਐਤਵਾਰ ਤੇ ਛੁੱਟੀ ਹੈ ਹੀ ਜਿਸ ਕਰਕੇ ਸਵੇਰੇ ਜਲਦੀ ਉਠਣ ਦੀ ਕੋਈ ਚਿੰਤਾ ਨਹੀ ਹੋਣੀ । ਨਾਲੇ ਉਹ ਬਜ਼ੁਰਗ ਆਦਮੀ ਵੀ ਚਾਹੁੰਦਾ ਸੀ ਕਿ ਉਸ ਨਾਲ ਕੋਈ ਗੱਲ ਕਰੇ ਕਿਉਂਕਿ ਉਥੇ ਉਹ ਇੱਕਲਾ ਹੀ ਰਹਿੰਦਾ ਹੈ ਤੇ ਸ਼ਾਮ ਵੇਲੇ ਤਾਂ ਬਿਲਕੁਲ ਇਕਲਾ ਹੋ ਜਾਂਦਾਂ ਹੋਣਾ। ਉਸਦਾ ਪਰਿਵਾਰ ਪਿੰਡ ਦੇ ਅੰਦਰ ਰਹਿੰਦਾ ਹੈ ਤੇ ਰੋਟੀ ਉਹ ਉਥੋਂ

ਹੀ ਖਾਂਦਾ ਹੋਣਾ। ਰਾਤ ਨੂੰ ਉਹ ਕਮਰੇ ਤੇ ਆਉਂਦਾ ਹੈ। ਕਿਉਂਕਿ ਉਸ ਨੇ ਉਥੇ ਮੱਝਾਂ ਗਾਵਾਂ ਰਖਿਆਂ ਹੋਈਆਂ ਨੇ। "

ਵਿਸ਼ਾਲ ਦੀ ਗੱਲ ਸਾਨੂੰ ਸਾਰਿਆਂ ਨੂੰ ਚੰਗੀ ਲੱਗਦੀ ਹੈ। ਉਸ ਰਾਤ ਸਾਡੇ ਸਾਰਿਆ ਦੇ ਚਹਿਰੇ ਤੇ ਇੱਕ ਅਲੱਗ ਹੀ ਜਗਿਆਸਾ ਅਤੇ ਉਤਸ਼ਾਹ ਸ਼ੀ। ਕਿਉਕਿ ਸਾਨੂੰ ਹੁਣ ਉਸ ਬਜ਼ੁਰਗ ਆਦਮੀ ਤੋਂ ਬਹੁਤ ਕੁੱਝ ਜਾਨਣ ਨੂੰ ਮਿਲਣਾ ਸੀ। ਗਲ ਕਰਨ ਤੋਂ ਬਾਅਦ ਅਸੀ ਆਪਣੇ-ਆਪਣੇ ਘਰ ਚੱਲੇ ਜਾਂਦੇ ਹਾਂ।

ਉਸ ਰਾਤ ਮੈਨੂੰ ਚੰਗੀ ਤਰਾਂ ਨੀਂਦ ਵੀ ਨੀ ਆ ਰਹੀ ਸੀ। ਜਦੋਂ ਵੀ ਮੈ ਨੀਂਦ ਲੈਣ ਦੀ ਕੋਸ਼ਿਸ ਕਰਦਾ ਤਾਂ ਦਿਮਾਗ ਵਿੱਚ ਉਹੀ ਗੱਲਾਂ ਘੁੰਮਦੀਆਂ ਫਿਰਦੀਆਂ ਰਹਿੰਦੀਆਂ। ਮੈਨੂੰ ਹੁਣ ਉਡੀਕ ਸੀ ਕਿ ਸਾਨੂੰ ਉਸ ਬਜੁਰਗ ਆਦਮੀ ਤੋਂ ਕੀ ਬਹੁਤ ਕੁੱਝ ਜਾਨਣ ਨੂੰ ਮਿਲੇਗਾ। ਮੈਥੋਂ ਅਗਲੇ ਦਿਨ ਦਾ ਇੰਤਜ਼ਾਰ ਨਹੀ ਹੋ ਰਿਹਾ ਸੀ। ਰਾਤ ਨੂੰ ਮੈਂ ਚੰਗੀ ਤਰਾਂ ਨੀਂਦ ਵੀ ਪੂਰੀ ਨਹੀ ਕਿਤੀ ਪਰ ਫਿਰ ਵੀ ਸਵੇਰੇ ਜਲਦੀ ਉੱਠ ਗਿਆ ਤੇ ਸਕੂਲ ਜਾਣ ਲਈ ਤਿਆਰ ਹੋ ਗਿਆ।

ਸ਼ਨੀਵਾਰ ਵਾਲੇ ਦਿਨ ਸਵੇਰੇ ਅਸੀ ਚਾਰੇ ਦੋਸਤ ਇੱਕਠੇ ਹੀ ਸਕੂਲ ਪਹੁੰਚੇ। ਜਦੋਂ ਵੀ ਸਾਨੂੰ ਕਲਾਸ ਵਿਚ ਵਿਹਲ ਮਿਲਦੀ ਤਾਂ ਕਲਾਸ ਵਿੱਚ ਬੈਠੇ ਅਸੀ ਗਲਾਂ ਕਰਨ ਲਗ ਜਾਂਦੇ।

ਸਮੀਰ ਸੋਚ ਕੇ ਕਹਿੰਦਾ ਹੈ ਕਿ " ਜੇ ਅੱਜ ਅਸੀ ਰਾਤ ਨੂੰ ਉਥੇ ਜਾਵਾਂਗੇ ਤੇ ਘਰਦੀਆਂ ਨੂੰ ਕਿ ਕਹਾਂਗੇ ਕਿ ਅਸੀ ਕਿੱਥੇ ਜਾ ਰਹੇ ਹਾਂ ? ਇਸ ਬਾਰੇ ਤਾਂ ਸੋਚੋ ਕੁਝ ! ? "

ਸਮੀਰ ਦੀ ਇਹ ਗੱਲ ਠੀਕ ਸੀ। ਅਸੀ ਰਾਤ ਨੂੰ ਰੁਕ ਨਹੀ ਸਕਦੇ ਸੀ ਕਿਉਂਕਿ ਸਾਡੇ ਘਰਦੇ ਸਾਨੂੰ ਇਜ਼ਾਜਤ ਹੀ ਨਹੀ ਦੇਣਗੇ ਉਥੇ ਰਾਤ ਨੂੰ ਰੁਕਣ ਦੀ। ਸਾਡੇ ਸਾਹਮਣੇ ਇਹ ਸਮਸੀਆ ਖੜੀ ਹੋ ਗਈ ਸੀ।

ਮੈਂ ਨਸ਼ੀਬ ਨੂੰ ਕਹਿੰਦਾ ਹਾਂ " ਨਸ਼ੀਬ ਯਾਰ ਤੂੰ ਦਸ ਕੁਝ ? ਉਥੇ ਰਾਤ ਰੁਕਣ ਲਈ ਅਸੀ ਕਿ ਬਹਾਨਾ ਬਣਾਈਏ ? "

ਨਸ਼ੀਬ ਦੇ ਦਿਮਾਗ ਵਿੱਚ ਵੀ ਕੁਝ ਨਹੀ ਆ ਰਿਹਾ ਸੀ।

ਮੈਂ ਕਹਿੰਦਾ ਹਾਂ " ਸੋਚੋ ਯਾਰ ਕੁਝ ਇਸ ਬਾਰੇ ਤਾਂ "

ਅਸੀ ਸਾਰੇ ਸੋਚਣ ਲੱਗਦੇ ਹਾਂ ਕਿ ਕਿਹੜਾ ਬਹਾਨਾ ਅਸੀ ਘਰ ਵਿਚ ਚਲਾਈਏ ਤੇ ਕਿਹੜਾ ਨਹੀ ? ਕੰਮ ਔਖਾ ਸੀ।

ਪਰ ਥੋੜਾ ਸੋਚਣ ਤੋਂ ਬਾਅਦ ਵਿਸ਼ਾਲ ਸਾਨੂੰ ਇਕ ਸਕੀਮ ਦਸਦਾ ਹੈ ਕਿ " ਅਸੀ ਸਾਰੇ ਘਰ ਇਹ ਕਹਿ ਕੇ ਆਵਾਂਗੇ ਕਿ ਅਸੀ ਨਸ਼ੀਬ ਦੇ ਜਨਮਦਿਨ 'ਚ ਜਾ ਰਹੇ ਹਾਂ। ਤੇ ਨਸ਼ੀਬ ਮੇਰਾ ਨਾਂ ਲੈ ਦਵੇਗਾ ਕਿ ਉਹ ਵਿਸ਼ਾਲ ਦੇ ਜਨਮਦਿਨ ਚ ਜਾ ਰਿਹਾ ਹੈ। ਅਸੀ ਜਨਮ ਦਿਨ ਦਾ ਬਹਾਨਾ ਬਣਾਂ ਲਵਾਂਗੇ ! ਇਸ ਗੱਲ ਨਾਲ ਤੇ ਕੋਈ ਪਰੇਸ਼ਾਨੀ ਨੀ ਹੋਣੀ "

ਵਿਸ਼ਾਲ ਦਾ ਵਿਚਾਰ ਸਾਰਿਆਂ ਨੂੰ ਸਹੀ ਲਗੀਆ ਸਾਰਿਆਂ ਨੇ ਹਾਮੀ ਭਰੀ ਤੇ ਅਸੀ ਇਦਾਂ ਹੀ ਕਰਨ ਦਾ ਇਰਾਦਾ ਕਰ ਲਿਆ | ਹੁਣ ਸਾਨੂੰ ਇਸ ਗੱਲ ਦੀ ਉਡੀਕ ਸੀ ਕਿ ਸਕੂਲ ਤੋਂ ਛੇਤੀ ਤੋਂ ਛੇਤੀ ਛੁੱਟੀ ਹੋ ਜਾਵੇ ਤੇ ਅਸੀ ਘਰ ਚਲੇ ਜਾਈਏ। ਉਤਸ਼ਾਹ ਵਿੱਚ ਇੰਝ ਲਗ ਰਿਹਾ ਸੀ ਜਿਵੇਂ ਦਿਨ ਵੀ ਹੌਲ਼ੀ ਹੌਲ਼ੀ ਬੀਤ ਰਿਹਾ ਹੋਵੇ। ਅਧੀ ਛੁੱਟੀ ਵੇਲੇ ਵੀ ਅਸੀ ਬਸ ਅਜਿਹੀਆਂ ਹੀ ਗੱਲਾਂ ਕਰ ਰਹੇ ਸੀ। ਕੋਸ਼ੀਸ ਕਰ ਰਹੇ ਸੀ ਕਿ ਸਮਾਂ ਛੇਤੀ ਬੀਤ ਜਾਵੇ ਤੇ ਅਸੀ ਬਾਬਾ ਜੀ ਕੋਲ ਚਲੇ ਜਾਈਏ। ਸਾਨੂੰ ਸਾਰਿਆਂ ਨੂੰ ਇੰਝ ਲਗ ਰਿਹਾ ਸੀ ਕਿ ਸਮਾਂ ਬਹੁਤ ਹੌਲੀ ਬੀਤ ਰਿਹਾ ਹੈ।

ਮੈਂ ਤਾਂ ਕਲਾਸ ਵਿੱਚ ਖਿੜਕੀ ਕੋਲ ਬੈਠਾ ਇਧਰ ਉੱਧਰ ਦੇਖ ਰਿਹਾ ਸੀ। ਆਪਣੀ ਹੀ ਦੁਨੀਆਂ ਵਿਚ ਖੋਈਆਂ ਹੋਈਆ ਸੀ । ਇੰਨੇ ਨੂੰ ਸਕੂਲ ਵਿੱਚ ਛੁਟੀ ਦੀ ਘੰਟੀ ਵਜ਼ ਜਾਂਦੀ ਤੇ ਅਸੀ ਚਾਰੇ ਦੋਸਤ ਆਪਣੇ ਆਪਣੇ ਘਰ ਵਲ ਤੁਰ ਪੈਂਦੇਂ ਹਾਂ | ਰਾਸਤੇ ਵਿੱਚ ਜਾਂਦੇ ਹੋਏ ਵੀ ਸਲਾਹ ਕਰ ਰਹੇ ਸੀ ਕਿ ਸਭ ਨੇ ਘਰ ਇਹ ਗੱਲ ਹੀ ਕਹਿਣੀ ਹੈ ਕਿ ਅਸੀ ਜਨਮਦਿਨ ਵਿਚ ਜਾ ਰਹੇ ਹਾਂ | ਅਸੀ ਸਾਰੇ ਘਰ ਇਹ ਬਹਾਨਾ ਲਾਉਣ ਲਈ ਤਿਆਰ ਸੀ।

ਅਸੀ ਆਪਣੇ - ਆਪਣੇ ਘਰ ਪਹੁੰਚ ਗਏ ਸੀ। ਸਾਨੂੰ ਸ਼ਾਮ ਵੇਲੇ ਉਥੇ ਹੀ ਪੁਰਾਣੇ ਘਰ ਦੇ ਕੌਲ ਮਿਲਨਾ ਸੀ। ਇਕ ਵਾਰ ਫਿਰ ਮੈਂ ਤੇ ਸ਼ਮੀਰ ਸ਼ਾਮ ਹੁੰਦੇ ਹੀ ਸਭ ਤੋਂ ਪਹਿਲਾਂ ਓਥੇ ਪਹੁੰਚ ਜਾਦੇ ਹਾਂ। ਵਿਸ਼ਾਲ ਤੇ ਨਸੀਬ ਦਾ ਇੰਤਜ਼ਾਰ ਕਰਦੇ ਹਾਂ। ਵਿਸ਼ਾਲ ਤੇ ਨਸੀਬ ਹਾਲੇ ਆਏ ਨਹੀ ਸੀ। ਮੈਂ ਤੇ ਸਮੀਰ ਉਸ ਘਰ ਦੇ ਕੋਲ਼ ਇੱਕਲੇ ਹੀ ਸੀ | ਸ਼ਾਮ ਢਲਣ ਹੀ ਵਾਲੀ ਸੀ ਤੇ ਹਨੇਰਾ ਹੋਣ ਵਾਲਾ ਸੀ। ਮੈ ਚਾਰ ਚੁਫੇਰੇ ਨਜ਼ਰ ਘੁਮਾ ਕੇ ਦੇਖਿਆ ਤਾਂ ਹਲਕਾ -ਹਲਕਾ ਹਨੇਰਾ ਸੀ । ਸਭ ਲੋਕੀ ਆਪਣਾ ਆਪਣਾ ਕੰਮ ਖਤਮ ਕਰਕੇ ਘਰ ਵਲ ਨੂੰ ਜਾ ਰਹੇ ਸੀ। ਸਮੀਰ ਉਸ ਘਰ ਵੱਲ ਦੇਖ ਕੇ ਗੱਲਾਂ ਬਣਾ ਰਿਹਾ ਸੀ ਨਾਲੇ ਮੈਨੂੰ ਪੁੱਛੀ ਜਾ ਰਿਹਾ ਸੀ ਇਸ ਘਰ ਵਿਚ ਅਜਿਹਾ ਹੈ ਕਿ ਪਿੰਡ ਦੇ ਲੋਕ ਇਸਤੋਂ ਕਿਉਂ ਡਰਦੇ ਹਨ। ਮੈਂ ਬਿਲਕੁਲ ਸ਼ਾਂਤ ਖੜਾ ਸੀ। ਮੈਂ ਸਮੀਰ ਦੀਆਂ ਗੱਲਾਂ ਸੁਣ ਰਿਹਾ ਸੀ ਪਰ ਕੋਈ ਜਵਾਬ ਨਹੀ ਸੀ ਦੇ ਰਿਹਾ।

ਉਸ ਪੁਰਾਣੇ ਮਕਾਨ ਵੱਲ ਦੇਖਿਆ ਸਾਨੂੰ ਨਜ਼ਰ ਆਉਦਾ ਹੈ ਕਿ ਘਰ ਦੇ ਅੰਦਰ ਵਿਹੜੇ ਵਿਚ ਇਕ ਨਿੰਮ ਦਾ ਦਰੱਖਤ ਸੀ। ਜੋ ਬਹੁਤ ਪੁਰਾਣਾ ਹੋ ਗਿਆ ਸੀ। ਉਸਦਾ ਤਣਾ ਬਹੁਤ ਮੋਟਾ ਸੀ। ਇੰਜ ਜਾਪਦਾ ਸੀ ਕਿ ਅੰਦਰੋਂ ਨਿੰਮ ਖੋਖਰ ਹੋ ਗਿਆ ਹੋਵੇ। ਘਰ ਦੀਆਂ ਬਾਹਰਲੀਆਂ ਕੰਧਾਂ ਕੱਚੀਆਂ ਹੀ ਸੀ। ਉਹ ਕਮਜ਼ੋਰ ਤੇ ਉਖੜੀ ਹੋਈ ਦਿਖਾਈ ਦੇ ਰਹੀਆਂ

ਸੀ। ਦੋ ਕਮਰੇ ਉਹਨਾਂ ਨੇ ਛੱਤ ਉਪਰ ਪਾਏ ਹੋਏ ਸੀ। ਜਿਹਨਾਂ ਦੀ ਹਾਲਤ ਵੀ ਪੁਰਾਣੇ ਸਮੇਂ ਦੇ ਘਰਾਂ ਵਾਲੀ ਹੀ ਸੀ। ਉਹਨਾਂ ਨੇ ਆਪਣੇ ਘਰ ਦੇ ਅੰਦਰ ਮੱਝਾਂ ਵੀ ਰੱਖੀਆਂ ਹੋਈਆਂ ਸੀ। ਅਸੀ ਕਦੇ ਉਸ ਘਰ ਦੇ ਅੰਦਰ ਤਾਂ ਨਹੀ ਗਏ ਪਰ ਪਿੰਡ ਦੇ ਲੋਕੀ ਦਸ ਰਹੇ ਸੀ। ਘਰ ਅੰਦਰੋਂ ਡੂੰਘਾ ਹੈ ਤੇ ਕਮਰੀਆਂ ਵਿੱਚ ਬਹੁਤ ਹਨੇਰਾ ਰਹਿੰਦਾ ਹੈ। ਅੰਦਰ ਤਾਂ ਸਾਹ ਲੈਣਾ ਵੀ ਬਹੁਤ ਔਖਾ ਹੈ।

ਅਸੀ ਦੋਵੇਂ ਘਰ ਵੱਲ ਦੇਖ ਹੀ ਰਹੇ ਸੀ ਕਿ ਉਸ ਘਰ ਵਿਚੋਂ ਇੱਕ ਅਧੇੜ ਉਮਰ ਦੀ ਔਰਤ ਸਿਰ ਤੇ ਤਸਲਾ ਚੁਕ ਕੇ ਬਾਹਰ ਨਿਕਲ ਆਈ ਤੇ ਸਾਡੇ ਵੱਲ ਹੀ ਦੇਖਦੀ ਅੱਗੇ ਵਧ ਰਹੀ ਸੀ। ਅਸੀ ਦੋਵੇਂ ਘਰ ਤੋਂ ਕੁਝ ਦੂਰੀ ਤੇ ਖਲੋਤੇ ਸੀ। ਉਹ ਔਰਤ ਆਪ ਮੁਹਾਰੇ ਕੁੱਝ ਬੋਲ ਰਹੀ ਸੀ ਜਿਵੇਂ ਕਿਸੇ ਨਾਲ ਗੱਲਾਂ ਕਰ ਰਹੀ ਹੋਵੇ ਪਰ ਉਹ ਇਕੱਲੀ ਸੀ। ਉਥੇ ਉਸ ਤੋਂ ਇਲਾਵਾ ਹੋਰ ਕੋਈ ਵੀ ਨਹੀਂ ਸੀ।

ਉਹ ਆਪਣੀ ਮਧਮ ਜੀ ਰਫਤਾਰ ਵਿੱਚ ਸਾਡੇ ਵਲ ਹੀ ਵਧ ਰਹੀ ਸੀ। ਅਸੀ ਹੈਰਾਨ ਇਸ ਗੱਲ ਤੇ ਸੀ ਕਿ ਉਸ ਔਰਤ ਦੀਆਂ ਅੱਖਾਂ ਬਿਲਕੁਲ ਸਾਡੇ ਉਤੇ ਹੀ ਟਿਕੀਆਂ ਹੋਈਆਂ ਸੀ।

ਪਹਿਲਾ ਤਾਂ ਅਸੀ ਇਸ ਗੱਲ ਨੂੰ ਐਵੇਂ ਹੀ ਟਾਲ਼ -ਮਟੋਲ਼ ਦਿੱਤਾ ਪਰ ਫਿਰ ਮੈਨੂੰ ਕੁਝ ਠੀਕ ਨਹੀ ਲਗੀਆ।

ਸਮੀਰ ਨੇ ਮੇਰੇ ਕੰਨ ਵਿਚ ਆਰਾਮ ਨਾਲ ਕਿਹਾ ਕਿ " ਇਹ ਤਾਂ ਸਾਡੇ ਵੱਲ ਹੀ ਆ ਰਹੀ ਹੈ।"

ਮੈ ਕੁਝ ਜਵਾਬ ਨਾ ਦਿੱਤਾ ਮੈ ਉਸ ਔਰਤ ਵੱਲ ਹੀ ਦੇਖ ਰਿਹਾ ਸੀ। ਜਿਨਾਂ ਉਹ ਔਰਤ ਨੇੜੇ ਆ ਰਹੀ ਸੀ। ਉਸਦੀ ਆਵਾਜ ਸਾਨੂੰ ਸਾਫ ਸੁਣਾਈ ਦੇ ਰਹੀ ਸੀ। ਪਰ ਸਮਝ ਨਹੀ ਸੀ ਆ ਰਿਹਾ ਕਿ ਉਹ ਔਰਤ ਕਿ ਬੁੜਬੁੜਾ ਰਹੀ ਸੀ। ਮੈ ਸੋਚ ਹੀ ਰਿਹਾ ਸੀ ਕਿ ਅਚਾਨਕ ਸਮੀਰ ਮੇਰੀ ਪਿਠ ਤੇ ਹਥ ਮਾਰ ਕੇ ਇਕਦਮ ਕਹਿੰਦਾ ਹੈ ਕਿ " ਉਸ ਘਰ ਦੀ ਛੱਤ ਵੱਲ ਦੇਖ "

ਘਰ ਦੀ ਛਤ ਤੇ ਇਕ ਹੋਰ ਔਰਤ ਸੀ | ਤੇ ਉਹ ਪੁੱਤਲੇ ਕੀ ਤਰਾਂ ਸਿਧੀ ਖੜੀ ਸੀ ਤੇ ਉਹ ਵੀ ਸਾਡੇ ਵੱਲ ਹੀ ਦੇਖ ਰਹੀ ਸੀ।

ਮੈਂ ਤੇ ਸਮੀਰ ਇਹ ਦ੍ਰਿਸ਼ ਦੇਖ ਕੇ ਇਕਦਮ ਹੱਕੇ ਬਕੇ ਰਹਿ ਗਏ | ਸਾਨੂੰ ਲਗੀਆ ਕਿ ਇਹ ਕਿ ਹੋ ਰਿਹਾ ਹੈ। ਸਾਨੂੰ ਡਰ ਮਹਿਸੂਸ ਹੋ ਰਿਹਾ ਸੀ। ਸਮੀਰ ਨੇ ਮੇਰਾ ਕਮੀਜ਼ ਜੋਰ ਨਾਲ ਫੜ ਲਿਆ ਮੇਰੀ ਵੀ ਕੁੱਝ ਸਮਝ ਨਹੀ ਸੀ ਆ ਰਿਹਾ। ਇੱਕ ਔਰਤ ਤਾਂ ਸਾਡੇ ਵੱਲ ਦੇਖਦੀ ਸਾਡੇ ਕੋਲ ਹੀ ਆ ਰਹੀ ਸੀ। ਤੇ ਇਕ ਛੱਤ ਤੇ ਖੜੀ ਇਕੋ ਮਾਰ ਸਾਡੇ ਵੱਲ ਦੇਖੀ ਜਾ ਰਹੀ ਸੀ। ਦੋਵੇਂ ਔਰਤਾ ਦੀਆਂ ਨਜ਼ਰਾਂ ਸਾਡੇ ਉੱਤੇ ਹੀ ਸੀ। ਸਾਨੂੰ ਇੰਝ ਲਗੀਆ ਜਿਵੇਂ ਸਾਡੇ ਉਤੇ ਹੀ ਹਮਲਾ ਕਰਨ ਦੀ ਤਿਆਰੀ ਵਿੱਚ ਹੋਣ। ਉਸ ਘਰ ਦੀਆਂ ਗੱਲਾਂ ਸੁਣ ਕੇ ਤਾਂ ਅਸੀ ਵੈਸੇ ਵੀ ਡਰੇ ਹੋਏ ਸੀ। ਤੇ ਹੁਣ ਤਾਂ ਹਾਲਾਤ ਹੀ ਕੁਝ ਹੋਰ ਸੀ। ਸਾਨੂੰ ਆਪਣਾ ਬਚਾਅ ਕਰਨਾ ਔਖਾ ਹੋ ਰਿਹਾ ਸੀ।

ਮੇਰੀ ਹਾਲਤ ਖ਼ਰਾਬ ਹੋ ਰਹੀ ਸੀ ਮੈ ਇਕਦਮ ਉਥੋਂ ਭਜਿਆ ਤਾਂ ਸਮੀਰ ਵੀ ਮੇਰੇ ਪਿਛੇ ਦੋੜ ਪਿਆ ਬਲਕਿ ਉਹ ਤਾਂ ਮੇਰੇ ਤੋਂ ਵੀ ਤੇਜ਼ ਦੌੜ ਰਿਹਾ ਸੀ।

ਜਿਸ ਪਾਸੇ ਨੂੰ ਅਸੀ ਦੋਵੇਂ ਦੋੜ ਰਹੇ ਸੀ ਉਸ ਪਾਸਿਓ ਹੀ ਵਿਸਾਲ ਤੇ ਨਸ਼ੀਬ ਆ ਰਹੇ ਸੀ। ਜਦੋਂ ਸਾਡੀ ਦੋਵਾਂ ਦੀ ਉਹਨਾਂ ਨਾਲ ਟਕਰਾਰ ਹੁੰਦੀ ਹੈ ਉਹ ਸਾਨੂੰ ਪੁਛਦੇ ਨੇ ਕਿ " ਤੁਸੀ ਐਂਵੇ ਕਿਉਂ ਭੱਜਦੇ - ਦੋੜਦੇ ਆ ਰਹੇ ਹੋ ? ਕਿ ਹੋਇਆ ਹੈ ਤੁਹਾਨੂੰ ? "

ਸਾਨੂੰ ਸਾਹ ਬਹੁਤ ਚੜਿਆ ਹੋਈਆ ਸੀ। ਪਹਿਲਾਂ ਤਾਂ ਅਸੀ ਉਹਨਾਂ ਕੋਲ ਰੁਕ ਕੇ ਆਰਾਮ ਨਾਲ ਸਾਹ ਲਿਆ ਤੇ ਫਿਰ ਉਹਨਾਂ ਦੋਵਾ ਨੂੰ ਅਸੀ ਪੂਰੀ ਕਹਾਣੀ ਸੁਣਾਈ ਕਿ ਸਾਡੇ ਨਾਲ ਕਿ ਹੋਈਆ ਹੈ।

ਨਸ਼ੀਬ ਤੇ ਵਿਸ਼ਾਲ ਨੂੰ ਸਾਡੀ ਗੱਲ ਸੁਣ ਕੇ ਹੱਸੀ ਆ ਗਈ ਤੇ ਉਹ ਕਹਿਣ ਲਗੇ ਕਿ ਇਸ ਵਿਚ ਡਰਨ ਦੀ ਕੋਈ ਗੱਲ ਹੈ ਵੀ । ਉਹਨਾਂ ਔਰਤਾਂ ਨੇ ਤੁਹਾਨੂੰ ਕੁੱਝ ਕਿਹਾ ਤਾਂ ਨਹੀ ਬਸ ਤੁਹਾਡੇ ਵੱਲ ਦੇਖ ਹੀ ਰਹੀ ਸੀ। ਵਿਸ਼ਾਲ ਨੂੰ ਤਾਂ ਜਿਆਦਾ ਹੀ ਹੱਸੀ ਆ ਰਹੀ ਸੀ ਕਿ ਅਸੀ ਕਿਵੇਂ ਬੱਚਿਆਂ ਵਾਂਗ ਉਹਨਾਂ ਔਰਤਾਂ ਤੋਂ ਡਰਕੇ ਆ ਗਏ।

ਵਿਸ਼ਾਲ ਨੇ ਇੰਜ ਵੀ ਕਿਹਾ ਕਿ " ਤੁਸੀ ਦੋਵਾਂ ਨੇ ਤਾਂ ਸਾਡੀ Ghost |nvest|gat|on Team ਤਾਂ ਸ਼ੁਰੂ ਹੋਣ ਤੋ ਪਹਿਲਾਂ ਹੀ ਖਤਮ ਕਰ ਦਿੱਤੀ ਤੁਸੀ ਤਾਂ ਭਜ ਕੇ ਆ ਗਏ ਹੁਣ ਪਤਾ ਕਿਵੇਂ ਲੱਗੂਗਾ ਉਸ ਘਰ ਵਿੱਚ ਕਿ ਹੈ? " ਇਹ ਕਹਿ ਉਹ ਜ਼ੋਰ ਨਾਲ ਹੱਸਣ ਲਗ ਪਿਆ।

ਵਿਸ਼ਾਲ ਦੀ ਗਲ ਸੁਣ ਕੇ ਨਸ਼ੀਬ ਵੀ ਹੱਸ ਰਿਹਾ ਸੀ ਉਹ ਕਹਿਣ ਲੱਗਾ " ਤੁਸੀ ਉਥੇ ਖੜੇ ਤਾਂ ਰਹਿੰਦੇ ਨਾਲੇ ਅੱਜ ਪਤਾ ਲਗ ਜਾਣਾ ਸੀ। ਕਿ ਉਥੇ ਹੈ ਕਿ ? "

ਸਮੀਰ ਥੋੜਾ ਸ਼ਾਹ ਲੈ ਕੇ ਬੋਲੀਆ " ਪਾਗਲ ਹੋ ਤੁਸੀ ਜੇ ਸਾਨੂੰ ਕੁੱਝ ਹੋ ਜਾਦਾਂ ਤਾਂ । ਤੁਸੀ ਆਪ ਜਾ ਕੇ ਦੇਖੋ ਪਤਾ ਲੱਗ ਜਾਣਾ ਉਥੇ ਹੈ ਕਿ ? "

ਵਿਸ਼ਾਲ ਤਾਂ ਹੱਸ਼ ਹੀ ਰਿਹਾ ਸੀ । ਉਹਨਾਂ ਨੂੰ ਸਾਡੀ ਗੱਲ ਮਾਮੂਲੀ ਲਗ ਰਹੀ ਸੀ ਪਰ ਜੋ ਦ੍ਰਿਸ ਅਸ਼ੀ ਦੋਵੇਂ ਦੇਖਿਆਂ ਸਾਡੇ ਲਈ ਤਾਂ ਬਹੁਤ ਡਰਾਵਣਾ ਸੀ। ਕਿਉਂਕਿ ਉਹਨਾਂ ਦੋਵੇਂ ਔਰਤਾਂ ਦਾ ਸਾਡੇ ਵੱਲ ਦੇਖਣ ਦਾ ਤਰੀਕਾ ਡਰਾਵਣਾ ਤੇ ਅਜ਼ੀਬ ਸੀ। ਜਿਵੇਂ ਸਾਡੇ ਉਤੇ ਹੀ ਹਮਲਾ ਕਰਨ ਲਈ ਆ ਰਹੀਆਂ ਹੋਣ ।

ਨਸ਼ੀਬ ਤੇ ਵਿਸ਼ਾਲ ਨੂੰ ਸਾਡੀ ਗੱਲ ਤੇ ਯਕੀਨ ਨਹੀ ਸੀ ਆ ਰਿਹਾ । ਉਹ ਦੋਵੇਂ ਕਹਿਣ ਲੱਗੇ ਤੁਸੀ ਸਾਡੇ ਨਾਲ ਆਓ ਅਸੀ ਦੇਖਦੇ ਹਾਂ ਕਿ ਕਿਹੜੀ ਔਰਤ ਸਾਨੂੰ ਅੱਖਾਂ ਕੱਢ ਕੇ ਦੇਖਦੀ ਹੈ। ਵਿਸ਼ਾਲ ਬਹੁਤ ਜੋਸ਼ ਵਿੱਚ ਸੀ । ਮੈਂ ਤੇ ਸਮੀਰ ਦੁਬਾਰਾ ਉਹਨਾਂ ਨਾਲ ਉਸ ਘਰ ਵੱਲ ਤੁਰ ਪੈਂਦੇ ਹਾਂ

ਹੁਣ ਮੈ ਤੇ ਸਮੀਰ ਉਹਨਾਂ ਦੇ ਪਿੱਛੇ ਸੀ ਵਿਸ਼ਾਲ ਤੇ ਨਸ਼ੀਬ ਅੱਗੇ - ਅੱਗੇ ਤੁਰ ਰਹੇ ਸੀ। ਅਸੀ ਦੋਵਾਂ ਨੂੰ ਤਾਂ ਹੁਣ ਵੀ ਡਰ ਮਹਿਸੂਸ ਹੋ ਰਿਹਾ ਸੀ। ਪਰ ਵਿਸ਼ਾਲ ਤੇ ਨਸੀਬ ਤੁਰਦੇ - ਤੁਰਦੇ ਸਾਡਾ ਮਜ਼ਾਕ ਬਣਾ ਰਹੇ ਸੀ। ਉਹ ਕਹਿ ਰਹੇ ਸੀ ਕੀ " ਡਰਪੋਕ ਬੰਦਿਆਂ ਦਾ ਸਾਡੀ ਟੀਮ ਵਿੱਚ ਕੋਈ ਕੰਮ ਨਹੀਂ ਹੈ।ਜਿਹੜਾ ਡਰ ਗਿਆ ਉਹ ਸਮਝੋ ਮਰ ਗਿਆ ।" ਕੁਝ ਕੁ ਮਿੰਟ ਬਾਅਦ ਅਸੀ ਉਸ ਪੁਰਾਣੇ ਘਰ ਦੇ ਕੋਲ਼ ਪਹੁੰਚ ਜਾਂਦੇ ਹਾਂ।

ਵਿਸ਼ਾਲ ਮੈਨੂੰ ਤੇ ਸਮੀਰ ਨੂੰ ਕਹਿੰਦਾ ਹੈ ਕਿ " ਦੱਸੋ ਹੁਣ ਕਿਤੇ ਨੇ ਉਹ ਦੋਵੇਂ ਔਰਤਾਂ ? "

ਅਸੀ ਦੇਖਿਆ ਤਾਂ ਛਤ ਉਤੇ ਕੋਈ ਔਰਤ ਨਹੀ ਸੀ ਤੇ ਨਾਂ ਹੀ ਬਾਹਰ ਕੋਈ ਔਰਤ ਸੀ। ਪਰ ਘਰ ਦੇ ਦਰਵਾਜ਼ੇ ਅੱਗੇ ਦੋਵੇਂ ਔਰਤਾਂ ਅਤੇ ਇਕ ਵਿਅਕਤੀ ਹੋਰ ਸੀ ਜੋ ਕਿ ਘਰ ਦਾ ਹੀ ਮੈਂਬਰ ਸੀ ਉਹ ਤਿੰਨੇ ਆਪਸ ਵਿਚ ਕੁੱਝ ਗਲਾਂ ਕਰ ਰਹੇ ਸੀ।

ਮੈਂ ਵਿਸਾਲ ਨੂੰ ਆਰਾਮ ਨਾਲ ਕਿਹਾ " ਓਏ ! ਵਿਸ਼ਾਲ ਉਹ ਦੇਖ ਦਰਵਾਜ਼ੇ ਅਗੇ ਉਹ ਖੜੇ ਨੇ "

ਵਿਸ਼ਾਲ ਤੇ ਨਸ਼ੀਬ ਉਹਨਾਂ ਵੱਲ ਦੇਖਦੇ ਹਨ। ਅਸੀਂ ਤਾਂ ਦੇਖ ਹੀ ਰਹੇ ਸੀ ਕਿ ਅਚਾਨਕ ਗੱਲਾਂ ਕਰਦੇ ਕਰਦੇ ਉਹ ਤਿੰਨੇ ਵੀ ਸਾਡੇ ਵੱਲ ਹੀ ਵੇਖਣ ਲੱਗ ਜਾਂਦੇ ਹਨ। ਅਸੀ ਉਥੋਂ ਲੰਘ ਹੀ ਰਹੇ ਸੀ। ਪਹਿਲਾਂ ਤਾਂ ਲੱਗਿਆ ਕਿ ਇਦਾਂ ਹੀ ਸਾਡੇ ਵੱਲ ਦੇਖ ਰਹੇ ਨੇ। ਪਰ ਜਦੋਂ ਅਸੀ ਦੇਖੀਆ ਕਿ ਉਹ ਤਿੰਨੇ ਆਪਣੀਆਂ ਗੱਲਾਂ ਵੀ ਕਰ ਰਹੇ ਸੀ ਤੇ ਸਾਡੇ ਵੱਲ ਵੀ ਦੇਖ ਰਹੇ ਸੀ। ਮੈਂ ਤੇ ਸਮੀਰ ਤਾਂ ਦੁਬਾਰਾ ਤੋਂ ਡਰ ਗਏ ਉਹਨਾਂ ਦਾ ਦੇਖਣਾ ਹੈ ਹੀ ਕੁੱਝ ਇਦਾਂ ਦਾ ਸੀ । ਉਹਨਾਂ ਨੇ ਇੱਕ ਵਾਰੀ ਵੀ ਸਾਥੋਂ ਨਜ਼ਰ ਨਾ ਹਟਾਈ । ਉਹ ਸਾਡੇ ਵੱਲ ਇਦਾਂ ਦੇਖ ਰਹੇ ਸੀ ਜਿਵੇਂ ਅਸੀ ਉਹਨਾਂ ਦੇ ਸ਼ਿਕਾਰ ਹੋਈਏ । ਜੇ ਉਹਨਾਂ ਤਿੰਨਾਂ ਵਿੱਚ ਕੋਈ ਇੱਕ ਦੇਖਦਾ ਤਾਂ ਕੋਈ ਗੱਲ ਨਹੀ ਸੀ ਪਰ ਉਹ ਦੋਵੇਂ ਔਰਤਾਂ ਤੇ ਇਕ ਹੋਰ ਵਿਅਕਤੀ ਇਕੋ ਹੀ ਮਾਰ ਸਾਡੇ ਉਤੇ ਨਜ਼ਰਾ ਟਿਕਾਈ ਰੱਖੇ ਹੋਏ ਸੀ। ਮੈਨੂੰ ਤੇ ਲਗ ਰਿਹਾ ਸੀ ਕੀ ਮੇਰੀ ਤੇ ਸਮੀਰ ਦੀ ਤਾਂ ਇਹਨਾਂ ਨੂੰ ਪਹਿਚਾਣ ਨਾ ਹੋ ਗਈ ਹੋਵੇ । ਸਾਡਾ ਤਾਂ ਉਥੋਂ ਲੰਘਣਾ ਹੀ ਔਖਾ ਹੋ ਗਿਆ ਸੀ। ਉਸ ਸਮੇਂ ਤਾਂ ਵਿਸ਼ਾਲ ਤੇ ਨਸੀਬ ਵੀ ਕੁੱਝ ਨਹੀ ਬੋਲ ਪਾ ਰਹੇ ਸੀ। ਉਹ ਵੀ ਸ਼ਾਂਤ ਹੋ ਗਏ ਸੀ । ਮੈ ਤੇ ਸਮੀਰ ਤਾਂ ਪਹਿਲਾਂ ਹੀ ਡਰੇ ਹੋਏ ਸੀ। ਹੁਣ ਤਾਂ ਸਾਡੇ ਵਿਚ ਬਿਲਕੁੱਲ ਵੀ ਕੁਝ ਬੋਲਣ ਦੀ ਹਿੰਮਤ ਨਹੀ ਸੀ।

ਮੈਂ ਤਾਂ ਤੇਜ਼ੀ ਨਾਲ ਅੱਗੇ ਵੱਧਣ ਲਗ ਗਿਆ । ਅਸੀ ਉਥੇ ਬਿਲਕੁਲ ਵੀ ਨਾ ਰੁਕੇ । ਅੱਗੇ ਜਾ ਕੇ ਸਾਨੂੰ ਸਕੂਨ ਮਿਲਿਆ ਨਹੀ ਤਾਂ ਘਰ ਕੇ ਕੋਲੋਂ ਲੰਘਦੀਆ ਤਾਂ ਬਹੁਤ ਘਬਰਾਹਟ ਮਹਿਸੂਸ ਹੋ ਰਹੀ ਸੀ। ਵਿਸ਼ਾਲ ਤੇ ਨਸ਼ੀਬ ਸਾਡੀ ਗੱਲ ਤੇ ਵਿਸ਼ਵਾਸ ਨਹੀ ਸੀ ਕਰ ਰਹੇ ਹੁਣ ਉਹਵੀ ਡਰੇ ਹੋਏ ਲੱਗ ਰਹੇ ਸੀ। ਇਕ ਵਾਰੀ ਤਾਂ ਉਹਨਾਂ ਔਰਤਾਂ ਨੂੰ ਦੇਖ ਕੇ ਉਹ ਦੋਵੇਂ ਵੀ ਸਹਿਮ ਗਏ ਸੀ।

ਵਿਸ਼ਾਲ ਤੇ ਨਸ਼ੀਬ ਵੀ ਸੋਚਣ ਤੇ ਮਜਬੂਰ ਹੋ ਗਏ ਸੀ ਕਿ ਆਖਿਰ ਇਹ ਸਭ ਹੋਇਆ ਕੀ ਹੈ ? ਅਸੀਂ ਦੋਵਾਂ ਨੇ ਵਿਸ਼ਾਲ ਤੇ ਨਸ਼ੀਬ ਦਾ ਖੂਬ ਮਜ਼ਾਕ ਬਣਾਇਆ ਕਿਉਂਕਿ ਉਹ ਦੋਵੇਂ ਤਾਂ ਆਪਣੇ ਆਪ ਨੂੰ ਨਿਡਰ ਦੱਸਦੇ ਸੀ । ਮੈਂ ਕਿਹਾ " ਹੁਣ ਬੋਲੋਂ ਜਦੋਂ ਤਾਂ ਸਾਡਾ ਮਜ਼ਾਕ ਬਣਾ ਰਹੇ ਸੀ। ਸਾਡੇ ਉਤੇ ਹੱਸ ਰਹੇ ਸੀ। ਉਥੇ ਤਾਂ ਤੁਹਾਡਾ ਸਾਹ ਵੀ ਨਹੀ ਨਿਕਲੀਆ। ਹੁਣ ਦਸੋ ਕਿ ਹੋਇਆ ? ਉਹਨਾਂ ਦੋਵਾਂ ਦੀ ਵੀ ਕੁਝ ਸਮਝ ਨਹੀਂ ਸੀ ਆ ਰਿਹਾ ਉਹ ਵੀ ਹੈਰਾਨ ਸੀ ਕਿ ਉਹ ਔਰਤਾਂ ਸਾਡੇ ਵੱਲ ਵੇਖ ਕਿਵੇਂ ਰਹੀਆਂ ਸੀ ਉਹਨਾਂ ਦਾ ਦੇਖਣਾ ਸੱਚੀ ਬਹੁਤ ਅਜੀਬ ਤੇ ਡਰਾਵਣਾ ਸੀ ।

ਉਸ ਘਰ ਦੇ ਸਾਹਮਣੇ ਜਦੋਂ ਅਸੀ ਲੰਘ ਰਹੇ ਸੀ ਤਾਂ ਇਕ ਅਜੀਬ ਜਿਹੀ ਘਬਰਾਹਟ ਮਹਿਸੂਸ ਹੋ ਰਹੀ ਸੀ। ਨਸ਼ੀਬ ਤੇ ਵਿਸ਼ਾਲ ਵੀ ਹੈਰਾਨ ਸੀ। ਉਨ੍ਹਾਂ ਨੂੰ ਵੀ ਯਕੀਨ ਆ ਗਿਆ ਸੀ ਕਿ ਸੱਚੀ ਉਹ ਘਰ ਬਹੁਤ ਅਜੀਬ ਹੈ। ਹਾਲਾਂਕਿ ਉਹ ਡਰ ਨਹੀ ਰਹੇ ਸੀ ਪਰ ਉਹਨਾਂ ਔਰਤਾਂ ਦੇ ਅਜਿਹੇ ਡਰਾਵਣੇ ਤੇ ਰਹੱਸਮਈ ਵਰਤਾਓ ਤੋਂ ਹੈਰਾਨ ਸੀ । ਉਹਨਾਂ ਦਾ ਸਵਾਲ ਸੀ ਕੀ ਉਹ ਇਦਾਂ ਕਿਉਂ ਕਰ ਰਹੇ ਨੇ ? ਇੰਝ ਲਗ ਰਿਹਾ ਸੀ ਜਿਵੇਂ ਉਸ ਘਰ ਦੇ ਮੈਂਬਰਾਂ ਨੂੰ ਕਿਸੇ ਨੇ ਹਿਪਨੋਟਾਇਜ਼ ਕਿਤਾ ਹੋਵੇ। ਉਸ ਸਮੇਂ ਹਨੇਰਾ ਹੋ ਹੀ ਗਿਆ ਸੀ।

ਨਸ਼ੀਬ ਦੇ ਮਨ ਵਿਚ ਕੋਈ ਸ਼ਕ ਸੀ ਉਹ ਸਾਨੂੰ ਕਹਿੰਦਾ ਹੈ " ਕਿ ਯਾਰ ਦੁਬਾਰਾ ਇਕ ਵਾਰ ਫਿਰ ਉਸ ਘਰ ਦੇ ਨੇੜੇ ਹੀ ਚਲਦੇ ਹਾਂ ਹੁਣ ਥੋੜੀ ਦੂਰੀ ਤੇ ਖੜ ਕੇ ਵੇਖਾਂਗੇ "

ਵਿਸ਼ਾਲ ਇਕਦਮ ਹਾਂ ਕਰਦਾ ਹੋਇਆ ਕਹਿੰਦਾ ਹੈ " ਹਾਂ ਚਲਦੇ ਹਾਂ ਮੈਨੂੰ ਵੀ ਯਾਰ ਕੁਝ ਅਜੀਬ ਤਾਂ ਲਗਿਆ ਹੈ। ਉਹਨਾਂ ਦੇ ਦੇਖਣਾਂ ਤਾਂ ਕੁਝ ਅਲੱਗ ਹੀ ਸੀ। ਕਿਉਂ ਨਾ ਅਸੀਂ ਦੁਬਾਰਾ ਘਰ ਦੇ ਸਾਹਮਣੇ ਤੋਂ ਹੋ ਕੇ ਜਾਈਏ ! ਨਾਲੇ ਦੇਖ ਲਾਂਗੇ ਕਿ ਹੁਣ ਉਹ ਸਾਡੇ ਵੱਲ ਦੇਖਦੇ ਹਨ ਜਾਂ ਨਹੀ "

ਸਮੀਰ ਕਹਿੰਦਾ ਹੈ " ਤੁਸੀਂ ਨਜ਼ਾਰਾ ਤਾਂ ਹੁਣੇ ਦੇਖ ਹੀ ਲਿਆ ਅੱਖਾਂ ਤੋਂ ਹੁਣ ਦੁਬਾਰਾ ਜਾ ਕੇ ਕਿਤੇ ਸਾਡੇ ਪਿੱਛੇ ਹੀ ਨਾ ਪੈ ਜਾਣ ਉਹ ਔਰਤਾਂ । ਜੇ ਫਿਰ ਵੀ ਤੁਸੀਂ ਦੁਬਾਰਾ ਦੇਖਣਾ ਹੈ ਤਾਂ ਚਲਦੇ ਹਾਂ। "

ਮੈਂ ਤੇ ਸਮੀਰ ਕੋਲ ਹੋਰ ਕੋਈ ਚਾਰਾ ਨਹੀ ਸੀ। ਅਸੀ ਵੀ ਉਹਨੇ ਨਾਲ ਜਾਣ ਨੂੰ ਤਿਆਰ ਹੋ ਜਾਂਦੇ ਹਾਂ ।

ਸਮੀਰ ਇਹ ਵੀ ਕਹਿ ਰਿਹਾ ਸੀ " ਯਾਰ ਹਨੇਰਾ ਵੀ ਹੋ ਰਿਹਾ ਹੈ । ਨਾਲੇ ਅੱਜ ਤਾਂ ਅਸੀ ਬਾਬੇ ਤੋਂ ਗਲਾਂ ਸੁਨਣ ਹੀ ਆਏ ਹਾਂ । ਤੇ ਬਾਬਾ ਆਪਣੇ ਕਮਰੇ ਵਲ ਆਉਣਾ ਵਾਲਾ ਹੀ ਹੋਣਾ ਅਸੀ ਇੱਥੇ ਹੀ ਰੁਕ ਜਾਦੇ ਹਾਂ । "

ਸਮੀਰ ਦੀ ਗਲ ਸੁਣ ਕੇ ਵਿਸ਼ਾਲ ਇਕਦਮ ਕਹਿੰਦਾ ਹੈ " ਠੀਕ ਤਾਂ ਹੈ ਫਿਰ ਅਸੀਂ ਚਲਦੇ ਆਂ ਤੇ ਬਾਬਾ ਜੀ ਸਾਨੂੰ ਉਧਰ ਹੀ ਮਿਲ ਜਾਣਗੇ ਫਿਰ ਉਹਨਾਂ ਦੇ ਨਾਲ ਅਸੀ ਕਮਰੇ ਤੇ ਆ ਜਾਵਾਂਗੇ "

ਫਿਰ ਅਸੀ ਜਾਣ ਲਈ ਤਿਆਰ ਹੋ ਗਏ । ਹੁਣ ਅਸੀਂ ਦੇਖਣਾ ਸੀ ਕਿ ਉਹ ਔਰਤਾਂ ਉਥੇ ਹੀ ਖੜੀਆ ਨੇ ਜਾਂ ਹੋਰ ਕਿਤੇ ਤਾਂ ਨੀ ਚੱਲੀਆਂ ਗਈਆਂ । ਉਸ ਸਮੇਂ ਮੈਨੂੰ ਥੋੜੀ ਜਿਹੀ ਘਬਰਾਹਟ ਸੀ । ਪਰ ਅਸੀ ਤਿਆਰ ਸੀ ਕਿਉਕਿ ਅਸੀ ਅਜੀਹੀ ਹਾਲਾਤਾਂ ਵਿਚੋਂ ਹੀ ਤਾਂ ਲੰਘਣਾ ਸੀ। ਅਤੇ ਇਸ ਨਾਲ ਹੀ ਅਸੀ ਕੁੱਝ ਪਤਾ ਕਰ ਸਕਦੇ ਸੀ। ਨਹੀਂ ਤਾਂ ਜੇ ਅਸੀ ਡਰਦੇ ਰਹਿੰਦੇ ਤਾਂ ਸਾਨੂੰ ਕਦੇ ਵੀ ਕੁੱਝ ਪਤਾ ਨਹੀ ਸੀ ਲਗਣਾ ।

ਵਿਸ਼ਾਲ ਸਾਨੂੰ ਕੁੱਝ ਮਿੰਟ ਦੀ ਪ੍ਰੇਰਣਾਦਾਇਕ ਸਪੀਚ ਦਿੰਦਾ ਹੈ। ਉਹ ਆਪਣੀ ਗੱਲ ਦੁਹਰਾਉਂਦਾ ਹੈ " ਜੋ ਡਰ ਗਿਆ ਸਮਝੋ ਮਰ ਗਿਆ " ਅਤੇ ਉਸ ਤੋਂ ਬਾਅਦ ਅਸੀਂ ਜ਼ੋਸ ਵਿਚ ਆ ਜਾਉਂਦੇ ਹਾਂ। ਤੇ ਫਿਰ ਤੋਂ ਤਿਆਰ ਹੋ ਜਾਦੇ ਹਾਂ ਉਸ ਘਰ ਦੇ ਸਾਹਮਣੇ ਜਾਣ ਨੂੰ ।

ਅਸੀ ਜੋਸ਼-ਜੋਸ਼ ਵਿੱਚ ਘਰ ਵਲ ਵਧਦੇ ਹਾਂ । ਵਿਸ਼ਾਲ ਤੇ ਨਸੀਬ ਦੋਵੇਂ ਅੱਗੇ - ਅੱਗੇ ਤੁਰ ਰਹੇ ਸੀ । ਹਨੇਰਾ ਹੋਣ ਕਾਰਨ ਰਾਸਤੇ ਵਿਚ ਹਨੇਰਾ ਤੇ ਸ਼ਨਾਟਾ ਛਾਇਆ ਹੋਈਆ ਸੀ। ਹਨੇਰੇ ਨੂੰ ਦੇਖ ਕੇ ਮੈਨੂੰ ਘਬਰਾਹਟ ਹੋਣੀ ਸ਼ੁਰੂ ਹੋ ਗਈ। ਸਮੀਰ ਮੇਰੇ ਪਿਛੇ ਹੀ ਸੀ। ਉਹ ਬਿਲਕੁਲ ਚੁੱਪ ਸੀ ਕੁਝ ਬੋਲ ਹੀ ਨਹੀ ਰਿਹਾ ਸੀ ਇਦਾਂ ਲਗ ਰਿਹਾ ਸੀ ਜਿਵੇਂ ਕਿਸੇ ਗਹਿਰੀ ਸੋਚ ਵਿਚ ਹੋਵੇ।

ਅਸੀਂ ਤੁਰਦੇ ਜਾ ਰਹੇ ਸੀ ਨਾਲੇ ਵਿਸਾਲ ਆਪਣੀ ਗੱਲ ਦੋਹਰਾਉਂਦਾ ਜਾ ਰਿਹਾ ਸੀ " ਜੋ ਡਰ ਗਿਆ ! ਸਮਝੋ ਮਰ ਗਿਆ" "ਜੋ ਡਰ ਗਿਆ ! ਸਮਝੋ ਮਰ ਗਿਆ "

ਕੁਝ ਸਮੇਂ ਬਾਅਦ ਅਸੀਂ ਦੁਬਾਰਾ ਉਸ ਘਰ ਦੇ ਨੇੜੇ ਪਹੁੰਚ ਜਾਂਦੇ ਹਾਂ।

ਉਸ ਪੁਰਾਣੇ ਘਰ ਦੇ ਨੇੜੇ ਪਹੁੰਚਦੀਆ ਹੀ ਸਮੀਰ ਅਚਾਨਕ ਮੇਰਾ ਕਮੀਜ਼ ਫੜਦਾ ਹੈ । ਮੈਨੂੰ ਲੱਗਦਾ ਹੈ ਕਿਸੇ ਨੇ ਮੈਨੂੰ ਪਿੱਛੋਂ ਤੋਂ ਫੜ ਲਿਆ । ਮੈਂ ਡਰ ਜਾਦਾ ਹਾਂ ਤੇ ਇਕਦਮ ਅੱਗੇ ਨਸੀਬ ਨੂੰ ਫੜ ਲੈਂਦਾ ਹਾਂ। ਨਸੀਬ ਮੇਰੇ ਵੱਲ ਦੇਖਦਾ ਹੈ ਕਿ ਕੀ ਹੋ ਗਿਆ ? ਉਹ ਵੀ ਹੈਰਾਨ ਹੋ ਜਾਂਦਾ ਹੈ ਉਹ ਅੱਗੇ ਡਿੱਗਦਾ ਹੈ ਤੇ ਇਹ ਸਭ ਹੁੰਦੀਆਂ ਹੀ ਸਾਰੇ ਹੀ ਘਬਰਾ ਜਾਦੇ ਹਾਂ ਤੇ ਉਥੋਂ ਭਜ ਜਾਂਦੇ ਹਾਂ। ਸਭ ਤੋਂ ਪਹਿਲਾਂ ਤਾਂ ਮੈਂ ਘਬਰਾ ਕੇ ਦੌੜਦਾ ਹਾਂ ।

ਘਬਰਾਏ ਹੋਏ ਅਸੀਂ ਇੰਜ ਦੋੜ ਰਹੇ ਸੀ ਜਿਵੇਂ ਘੋੜਿਆਂ ਦੀ ਦੋੜ ਚਲ ਰਹੀ ਹੋਵੇ । ਅੱਗੇ ਜਾ ਕੇ ਜਦੋਂ ਸਾਨੂੰ ਸ਼ਾਹ ਚੜਦਾ ਹੈ ਤਾਂ ਸਾਡੀ ਰਫਤਾਰ ਧਿਮੀ ਹੁੰਦੀ ਹੈ। ਅਸੀ ਇਕ ਥਾਂ ਤੇ ਰੁਕ ਜਾਦੇ ਹਾਂ । ਮੈਂ ਪਿਛੇ ਦੇਖਦਾ ਹਾਂ ਤਾਂ ਸਮੀਰ ਸਾਡੇ ਨਾਲ ਨਹੀ ਸੀ । ਅਸੀਂ ਤਿਨੇ ਜਣੇ ਹੈਰਾਨ ਸੀ ਕਿ ਸਮੀਰ ਕਿੱਥੇ ਹੈ ?

ਮੈਂ ਹੈਰਾਨ ਹੋ ਕੇ ਬੋਲਦਾ ਹਾਂ " ਸਮੀਰ ਕਿੱਥੇ ਆ ! ਸਾਡੇ ਨਾਲ ਹੀ ਤਾਂ ਸੀ। "

ਵਿਸਾਲ ਤੇ ਨਸੀਬ ਕਹਿੰਦੇ ਨੇ " ਸਾਨੂੰ ਤੇ ਨੀ ਪਤਾ ਚਲ ਪਿਛੇ ਦੇਖਕੇ ਆਉਂਦੇ ਹਾਂ "

ਸਾਨੂੰ ਸਮੀਰ ਦੀ ਚਿੰਤਾ ਹੋ ਰਹੀ ਸੀ। ਅਸੀ ਪਿਛੇ ਦੇਖਣ ਜਾਦੇ ਹਾਂ। ਥੋੜੀ ਦੂਰੀ ਤੇ ਦੇਖਦੇ ਹਾਂ ਤਾਂ ਸਮੀਰ ਹੌਲੀ -ਹੌਲੀ ਤੁਰ ਰਿਹਾ ਸੀ । ਉਸਦੇ ਕੋਲ ਜਾ ਕੇ ਪਤਾ ਲਗਦਾ ਹੈ ਕਿ ਉਸਦੇ ਤਾਂ ਪੈਰ ਵਿੱਚ ਸੱਟ ਲਗੀ ਹੋਈ ਸੀ। ਹਨੇਰੇ ਵਿੱਚ ਕੁੱਝ ਦਿਖਾਈ ਨਾ ਦਿਤਾ ਤਾਂ ਨਸੀਬ ਫੋਨ ਦੀ ਟੋਰਚ ਜਗਾ ਕੇ ਦੇਖਦਾ ਹੈ ਤਾਂ ਉਸਦੇ ਪੈਰ ਦੇ ਅੰਗੂਠੇ ਤੇ ਠੋਕਰ ਵਜਣ ਨਾਲ ਪੈਰ ਦਾ ਅੰਗੂਠਾ ਜਖਮੀ ਹੋ ਗਿਆ ਸੀ ਤੇ ਖ਼ੂਨ ਵੱਗ ਰਿਹਾ ਸੀ।

ਅਸੀ ਕੁੱਝ ਅਗੇ ਜਾ ਕੇ ਇਕ ਥਾਂ ਤੇ ਬੈਠਦੇ ਹਾਂ ਨਾਲੇ ਸਮੀਰ ਦੇ ਪੈਰ ਦੇ ਅੰਗੂਠੇ ਤੇ ਰੁਮਾਲ ਬੰਨ ਦਿੰਦੇ ਹਾਂ।

ਨਸ਼ੀਬ ਮੈਨੂੰ ਪੁਛਦਾ ਹੈ " ਤੈਨੂੰ ਕੀ ਹੋ ਗਿਆ ਸੀ। ਕਿ ਤੂੰ ਮੇਰੇ ਤੇ ਛਾਲ ਕਿਉਂ ਮਾਰੀ!? "

ਮੈਂ ਕਿਹਾ " ਯਾਰ ਮੈਨੂੰ ਲਗੀਆ ਜਿਵੇਂ ਮੈਨੂੰ ਕਿਸੇ ਨੇ ਪਿਛੋਂ ਫੜ ਲਿਆ ਹੋਵੇ। ਤਾਂ ਕਰਕੇ ਮੈਂ ਤੇਰੇ ਤੇ ਡਿਗਿਆ "

ਸਮੀਰ ਕਹਿੰਦਾ ਹੈ " ਤੈਨੂੰ ਕਿਸੇ ਹੋਰ ਨੇ ਨਹੀ ਬਲਕਿ ਮੈਂ ਤੇਰਾ ਕਮੀਜ਼ ਫੜਿਆ ਸੀ ਕਿਉਂਕਿ ਮੈਨੂੰ ਪਿੱਛੋਂ ਕਿਸੇ ਦੀ ਆਵਾਜ਼ ਆ ਰਹੀ ਸੀ । ਮੈਨੂੰ ਡਰ ਲਗ ਰਿਹਾ ਸੀ ਤਾਂ ਕਰਕੇ ਮੈਂ ਤੇਰਾ ਕਮੀਜ਼ ਫੜਿਆ ਸੀ। । ਤੇ ਤੂੰ ਤਾਂ ਇਕਦਮ ਅਗੇ ਹੀ ਛਾਲ ਮਾਰੀ "

ਵਿਸ਼ਾਲ ਵੀ ਬੋਲ ਪੈਂਦਾ ਹੈ " ਯਾਰ ਆਹ ਕੀ ਮਜ਼ਾਕ ਹੋਇਆ ! ਐਂਵੇਂ ਸਾਨੂੰ ਵੀ ਡਰਾ ਦਿਤਾ ਨਾਲੇ ਸੱਟ ਵੀ ਖਾਕੇ ਬਹਿ ਗਏ । "

ਸਮੀਰ " ਯਾਰ ਜਦ ਤੁਸੀ ਸਾਰੇ ਦੋੜੇ ਤਾਂ ਮੈ ਵੀ ਡਰ ਗਿਆ ! ਤੇ ਜਦੋਂ ਮੈਂ ਦੋੜਿਆ ਮੇਰੇ ਤਾਂ ਪੈਰ ਤੇ ਠੋਕਰ ਵਜੀ ਤੇ ਮੈ ਨਿਚੇ ਡਿਗ ਗਿਆ । ਤੁਹਾਨੂੰ ਤਾਂ ਕੁਝ ਪਤਾ ਹੀ ਨਹੀਂ ਸੀ ਤੁਸੀਂ ਤਾਂ ਪਾਗਲਾਂ ਦੀ ਤਰ੍ਹਾਂ ਦੌੜ ਰਹੇ ਸੀ । ਪਰ ਕੁਝ ਨੀ ਹੋਈਆ ਜਿਆਦਾ ਸੱਟ ਨਹੀ ਲਗੀ ਠੀਕ ਹਾਂ ਮੈਂ "

ਘਬਰਾਹਟ ਵਿਚ ਦੋੜਦੇ ਹੋਏ ਕਿਸੇ ਨੂੰ ਕੁਝ ਵੀ ਨਹੀ ਪਤਾ ਸੀ ਕਿ ਅਸਲ ਚ ਹੋਈਆ ਕੀ ਹੈ। ਸਾਰੇ ਹੀ ਹੈਰਾਨ ਸੀ। ਸਮੀਰ ਨੇਂ ਤਾਂ ਡਰਾ ਹੀ ਦਿੱਤਾ ਸੀ ਸਾਨੂੰ ਲਗਿਆ ਸੀ ਕਿ ਪਤਾ ਨਹੀ ਸਮੀਰ ਕਿਥੇ ਰਹਿ ਗਿਆ ।

ਮੈਂ ਕਿਹਾ ਸਮੀਰ ਨੂੰ " ਤੂੰ ਮੇਰੇ ਪਿਛੇ ਸੀ ਤੇ ਮੈਨੂੰ ਲਗੀਆ ਕਿਸੇ ਨੇ ਤੈਨੂੰ ਹੀ ਨਾ ਫੜ ਲਿਆ ਹੋਵੇ "

ਸਮੀਰ ਸੱਟ ਲਗਣ ਦੇ ਬਾਅਦ ਵੀ ਹੱਸ ਰਿਹਾ ਸੀ। ਕਿਉਕਿ ਉਸਦੇ ਕਮੀਜ਼ ਫੜਨ ਦੇ ਕਾਰਨ ਹੀ ਮੈਂ ਡਰ ਗਿਆ ਤੇ ਫਿਰ ਬਾਕਿ ਵੀ ਡਰ ਗਏ । ਅਸੀ ਆਪਣੀ ਨਾਦਾਨੀ ਉਤੇ ਹੱਸਣ ਲਗ ਪਏ ।

ਇਨੇ ਨੂੰ ਅਸੀਂ ਦੇਖਦੇ ਹਾਂ ਕਿ ਬਾਬਾ ਜੀ ਦੂਰੋਂ ਇਧਰ ਹੀ ਚਲੇ ਆ ਰਹੇ ਸੀ।

ਨਸ਼ੀਬ ਬਾਬਾ ਜੀ ਨੂੰ ਦੇਖ ਕੇ ਕਹਿੰਦੇ ਹੈ " ਉਹ ਦੇਖੋ ਬਾਬਾ ਜੀ ਵੀ ਆ ਗਏ ਨੇ ਚਲੋਂ ਹੁਣ ਉਹਨਾਂ ਦੇ ਨਾਲ ਹੀ ਤੁਰ ਪਵਾਂਗੇ ਕਮਰੇ ਤੇ ਜਾ ਕੇ ਦੇਖਦੇਂ ਹਾਂ ਬਾਬਾ ਜੀ ਸਾਨੂੰ ਕੀ ਦੱਸਣਗੇ "

ਅਸੀਂ ਹੱਸ ਰਹੇ ਹੀ ਸੀ ਬਾਬਾ ਜੀ ਸਾਡੇ ਕੋਲ ਆ ਜਾਂਦੇ ਹਨ । ਸਾਨੂੰ ਹੱਸਦੀਆਂ ਦੇਖ ਉਹ ਪੁੱਛਦੇ ਹਨ " ਤੁਸੀ ਆ ਗਏ ਜਵਾਨੋਂ ! ਕਿ ਗੱਲ ਹੋਈ ਬੜਾ ਹਾਸਾ ਆ ਰਿਹਾ ਹੈ। ਮੈਨੂੰ ਵੀ ਦੱਸੋ ਕੁਝ ਮੈਂ ਵੀ ਹੱਸ ਲਾਂਗਾ ਦੋ ਪਲ "

ਅਸੀ ਚਾਰੇ ਬਾਬਾ ਜੀ ਨੂੰ ਸ਼ਤ ਸ੍ਰੀ ਅਕਾਲ ਬੁਲਾਉਂਦੇ ਹਾਂ। ਬਾਬਾ ਜੀ ਵੀ ਖੁਸ ਹੋ ਜਾਂਦੇ ਹਨ। ਅਸੀ ਕਹਿੰਦੇ ਹਾਂ " ਕੁੱਝ ਨੀ ਬਾਬਾ ਜੀ ਉਹ ਤਾਂ ਐਵੇ ਹੀ ਸਕੂਲ ਦੀ ਗੱਲ ਯਾਦ ਆ ਗਈ ਸੀ। ਉਸ ਤੇ ਹੀ ਹੱਸ ਰਹੀ ਸੀ "

ਬਾਬਾ ਜੀ ਕਹਿੰਦੇ " ਮੈਨੂੰ ਵੀ ਦੱਸ ਦਿਓ ਕੋਈ ਸਕੂਲ ਦੀ ਗੱਲ ਮੈਂ ਵੀ ਹੱਸ ਲਾਵਾਂਗਾਂ "

ਸਮੀਰ ਕਹਿੰਦਾ ਹੈ ਮੈਂ ਦਸਦਾ ਹਾਂ ਬਾਬਾ ਜੀ " ਹੋਇਆ ਕਿ ਕੇ ਅੱਜ ਅਸੀ ਸਕੂਲ ਵਿੱਚ ਬੱਚਿਆਂ ਨੂੰ ਡਰਾਉਣ ਲਈ ਝੂਠੀ ਰੌਲਾ ਪਾ ਦਿਤਾ ਕਿ ਸਕੂਲ ਦੀ ਬਾਥਰੂਮ ਵਿਚ ਇੱਕ ਭੂਤ ਰਹਿੰਦਾ ਹੈ ਅਤੇ ਜੋ ਕੋਈ ਵੀ ਇੱਕਲਾ ਉਥੇ ਜਾਦਾਂ ਹੈ ਤਾਂ ਉਹ ਭੂਤ ਉਸਨੂੰ ਅੰਦਰ ਹੀ ਫੜ ਲੈਂਦਾ ਹੈ ਤੇ ਅੰਦਰੋਂ ਦਰਵਾਜਾ ਬੰਦ ਕਰ ਲੈਂਦਾ ਹੈ। "

ਜਦੋਂ ਸਮੀਰ ਇਹ ਗਲ ਸੁਣਾ ਰਿਹਾ ਸੀ ਤਾਂ ਮੇਰੀ ਤਾਂ ਹਾਸਾ ਹੀ ਨਹੀ ਰੁਕ ਰਿਹਾ ਸੀ।

ਸਮੀਰ " ਅਸੀਂ ਤਾਂ ਪੂਰੇ ਸਕੂਲ ਨੂੰ ਡਰਾਇਆ ਹੋਇਆ ਅਸੀ ਸਕੂਲ ਵਿੱਚ ਵੀ ਝੂਠੀ ਰੌਲਾ ਪਾ ਰਖੀਆ ਸੀ ਕਿ ਸਕੂਲ ਦੇ ਬਾਥਰੂਮ ਵਿਚ ਭੂਤ ਰਹਿੰਦੇ ਨੇ । ਕਈਂ ਬੱਚਿਆਂ ਨੇ ਤਾਂ ਡਰ ਦੇ ਮਾਰੇ ਬਾਥਰੂਮ ਜਾਣਾ ਹੀ ਛੱਡ ਦਿਤਾ ਸੀ।"

ਸਾਡੀ ਕਹਾਣੀਆਂ ਸਕੂਲ ਵਿਚ ਬਹੁਤ ਪ੍ਰਚਲਿਤ ਹੋ ਗਈਆਂ ਸੀ। ਸਕੂਲ ਵਿਚ ਹਰ ਵਿਦਿਆਰਥੀ ਭੂਤਾਂ ਤੇ ਆਤਮਾਵਾਂ ਦੀ ਹੀ ਗੱਲ ਕਰ ਰਿਹਾ ਸੀ।

ਬਾਬਾ ਜੀ ਹਸਦੇ ਹੋਏ ਕਹਿੰਦੇ ਹਨ " ਤੁਸੀਂ ਵੀ ਕਮਾਲ ਕਰਦੇ ਹੋ ਸਕੂਲ ਵਿੱਚ ਬੱਚਿਆਂ ਨੂੰ ਡਰਾ ਕੇ ਰੱਖਿਆ ਹੋਇਆ ਹੈ ! ਇੰਝ ਨਹੀਂ ਕਰੀਦਾ ਪੁੱਤਰ ਜੇ ਕਿਤੇ ਸੱਚੀ ਤੁਹਾਡੇ ਸਾਹਮਣੇ ਆ ਗਿਆ ਤਾਂ ਫਿਰ ਦੱਸੋ ਤੁਸੀਂ ਕੀ ਕਰੋਗੇ ?

ਸਮੀਰ ਕਹਿੰਦਾ ਹੈ ਬਾਬਾ ਜੀ " ਅਸੀਂ ਤਾਂ ਐਵੇਂ ਹੀ ਮਜ਼ਾਕ ਕਰਦੇ ਆਂ ਆਪਣੇ ਦੋਸਤਾਂ ਨਾਲ ਹੋਰ ਕੁਝ ਵੀ ਨਹੀਂ "

ਵਿਸ਼ਾਲ ਹਾਸੇ ਦੇ ਵਿੱਚ ਹੀ ਕਹਿੰਦਾ ਹੈ " ਛਡੋਂ ਬਾਬਾ ਜੀ ! ਇਹ ਤਾਂ ਬਚਕਾਨੀਆਂ ਗੱਲਾਂ ਨੇ ਤੁਸੀ ਤਾਂ ਸਾਨੂੰ ਇਸ ਘਰ ਦੀਆਂ ਗੱਲਾਂ ਦੱਸੋ। ਅਸੀ ਤਾਂ ਕਲ ਦਾ ਇੰਤਜ਼ਾਰ ਕਰ ਰਹੇ ਹਾਂ ਤੇ ਅੱਜ ਤਾਂ ਅਸੀ ਤੁਹਾਡੇ ਕੋਲ ਹੀ ਹਾਂ ਸਾਰਾ ਕੁਝ ਸੁਣ ਕੇ ਹੀ ਜਾਵਾਂਗੇ "

ਬਾਬਾ ਜੀ ਵੀ ਪੂਰੇ ਖੁਸ ਮਿਜ਼ਾਜ ਵਿਅਕਤੀ ਸੀ।

" ਚਲਦੇ ਹਾਂ ਫਿਰ " ਇਹ ਕਹਿ ਕੇ ਬਾਬਾ ਜੀ ਸਾਨੂੰ ਆਪਣੇ ਨਾਲ ਕਮਰੇ ਤੇ ਲੈ ਚਲਦੇ ਹਨ।

ਅਸੀ ਸ਼ਾਰੇ ਬਹੁਤ ਉਤਸ਼ਾਹਿਤ ਸੀ ਹੁਣ ਦੇਖਣਾ ਇਹ ਸੀ ਕਿ ਬਾਬਾ ਜੀ ਸਾਨੂੰ ਕਿ ਕੁੱਝ ਦਸਣਗੇ ।

ਮੁਲਾਕਾਤ

ਉਹ ਸਮਾਂ ਆ ਜਾਂਦਾ ਹੈ ਜਿਸ ਦਾ ਸਾਨੂੰ ਇੰਤਜ਼ਾਰ ਸੀ। ਹੁਣ ਅਸੀਂ ਚਾਰੇ ਦੋਸਤ ਬਾਬਾ ਜੀ ਕੋਲ਼ ਸੀ । ਉਤਸ਼ਾਹ ਤੇ ਜੋਸ਼ ਪਹਿਲਾਂ ਨਾਲ਼ੋਂ ਕਿਤੇ ਜ਼ਿਆਦਾ ਸੀ। ਅਸੀਂ ਬਾਬਾ ਜੀ ਤੋਂ ਬਹੁਤ ਕੁਝ ਜਾਨਣਾ ਚਾਂਹੁੰਦੇ ਸੀ।

ਕਿਉਂਕਿ ਬਾਬਾ ਜੀ ਬਹੁਤ ਕੁੱਝ ਜਾਣਦੇ ਸੀ ਉਸ ਘਰ ਬਾਰੇ। ਤੇ ਉਹ ਕਹਿ ਰਹੇ ਸੀ ਕਿ ਸਾਡੇ ਨਾਲ ਉਹ ਗੱਲਾਂ ਵੀ ਸਾਂਝੀਆਂ ਕਰਨਗੇ ਜਿਹੜੀਆਂ ਉਨ੍ਹਾਂ ਨੇ ਆਪਣੀਆਂ ਅੱਖਾਂ ਨਾਲ ਦੇਖਿਆਂ ਹੋਈਆਂ ਸੀ।

ਹੁਣ ਅਸੀਂ ਚਾਰੇ ਦੋਸਤ ਬਾਬਾ ਜੀ ਕੋਲ ਉਨ੍ਹਾਂ ਦੇ ਕਮਰੇ ਵਿਚ ਸੀ । ਰਾਤ ਨੂੰ ਬਾਬਾ ਜੀ ਉਥੇ ਹੀ ਪੈਂਦੇ ਹੁੰਦੇ ਸੀ ਨਾਲੇ ਅਪਣੀਆਂ ਗਾਂਵਾਂ ਤੇ ਮੱਝਾਂ ਦੀ ਰਖ਼ਵਾਲੀ ਵੀ ਕਰਦੇ ਸੀ।

ਨਸ਼ੀਬ ਤੋਂ ਇੰਤਜ਼ਾਰ ਨਹੀਂ ਹੋ ਰਿਹਾ ਸੀ। ਸਭ ਤੋਂ ਪਹਿਲਾਂ ਉਹ ਆਪਣੀ ਗੱਲ ਦੀ ਸ਼ੁਰੂਆਤ ਕਰਦਾ ਹੈ। ਬਾਬਾ ਜੀ ਨੂੰ ਪੁੱਛਦਾ ਹੈ " ਬਾਬਾ ਜੀ ਤੁਹਾਨੂੰ ਕਿਨਾਂ ਸਮਾਂ ਹੋ ਗਿਆ ਇੱਥੇ ਰਹਿੰਦਿਆਂ ਨੂੰ ਤੇ ਤੁਸੀਂ ਇੱਕਲੇ ਕਿਉ ਰਹਿੰਦੇ ਹੋ? "

ਬਾਬਾ ਜੀ ਨਸ਼ੀਬ ਦੀ ਗੱਲ ਦਾ ਜਵਾਬ ਦਿੰਦੇ ਹੋਏ ਕਹਿੰਦੇ ਨੇ " ਪਹਿਲਾਂ ਤਾਂ ਤੁਸੀ ਇਹ ਦਸੋ ਰਾਤ ਤਾਂ ਹੋ ਗਈ ਤੁਸੀਂ ਆਪਣੇ ਘਰ ਤਾਂ ਨੀ ਜਾਣਾਂ ਨਹੀਂ ਤੇ ਰਾਤ ਨੂੰ ਫਿਰ ਤੁਹਾਨੂੰ ਔਖੀ ਹੋਵੇਗੀ ਜਾਣ ਵਿੱਚ "

ਵਿਸ਼ਾਲ ਬਾਬਾ ਜੀ ਦੀ ਇਸ ਗੱਲ ਦਾ ਜਵਾਬ ਦਿੰਦਾ ਹੋਈਆ ਕਹਿੰਦਾ ਹੈ " ਬਾਬਾ ਜੀ ਅਸੀਂ ਤਾਂ ਪੂਰਾ ਇੰਤਜ਼ਾਮ ਕਰਕੇ ਆਏ ਹੋਏ ਹਾਂ ਸਾਨੂੰ ਘਰ ਜਾਣ ਦੀ ਕੋਈ ਫ਼ਿਕਰ ਨਹੀ ਹੈ ਅਸੀ ਘਰ ਵਾਲੀਆਂ ਨੂੰ ਪੁੱਛ ਕੇ ਆਏ ਹਾਂ । ਨਾਲ਼ੇ ਸਾਡਾ ਘਰ ਕੋਈ ਜਿਆਦਾ ਦੂਰ ਵੀ ਨਹੀ ਹੈ। ਪਿੰਡ 'ਚ ਸ਼ਿਵ ਮੰਦਿਰ ਦੇ ਨੇੜੇ ਹੀ ਤਾਂ ਸਾਡਾ ਘਰ ਹੈ। ਜੇ ਸਾਡੇ ਕੋਲ਼ ਫ਼ੋਨ ਆਵੇਗਾ ਤਾਂ ਅਸੀਂ ਘਰ ਚੱਲੇ ਜਾਂਵਾਂਗੇ "

ਅਸੀਂ ਵੀ ਵਿਸ਼ਾਲ ਦੀ ਇਸ ਗਲ ਵਿੱਚ ਹਾਂਮੀ ਭਰਦੇ ਹਾਂ । ਅਸੀ ਬਾਬਾ ਜੀ ਨੂੰ ਪੱਕਾ ਕਰ ਦਿੰਦੇ ਹਾਂ ਕਿ ਉਹ ਸਾਡੇ ਘਰਦੀਆਂ ਦੀ ਫ਼ਿਕਰ ਨਾ ਕਰੇ। ਅਸਲ ਗੱਲ ਤਾਂ ਸਿਰਫ਼ ਸਾਨੂੰ ਹੀ ਪਤਾ ਸੀ ਕਿ ਅਸੀ ਘਰ ਤੋਂ ਬਹਾਨਾ ਬਣਾ ਕੇ ਇੱਥੇ ਆਏ ਹੋਏ ਸੀ । ਪਰ ਅਸੀਂ ਬਾਬਾ ਜੀ ਸਾਹਮਣੇਂ ਇਹ ਗੱਲ ਨਾ ਕਿਤੀ ਕਿਉਂਕਿ ਸਾਨੂੰ ਡਰ ਸੀ ਕਦੇ ਬਾਬਾ ਜੀ ਸਾਨੂੰ ਬਿਨਾਂ ਕੋਈ ਗੱਲ ਦਸੇ ਘਰ ਹੀ ਜਾਣ ਨੂੰ ਕਹਿ ਦੇਣ । ਇਸ ਲਈ ਅਸੀਂ ਬਾਬਾ ਜੀ ਤੋਂ ਬਹਾਨੇ ਵਾਲੀ ਗੱਲ ਦੀ ਚੋਰੀ ਹੀ ਰੱਖੀ।

ਹੁਣ ਬਾਬਾ ਜੀ ਨੂੰ ਪਕਾ ਹੋ ਗਿਆ ਸੀ ਕਿ ਮੁੰਡੇ ਘਰ ਦਸਕੇ ਕਿ ਹੀ ਆਏ ਨੇ ਤੇ ਹੁਣ ਇਹਨਾਂ ਨਾਲ ਗੱਲਾਂ ਕਰਨਾ ਚੰਗਾ ਰਹੇਗਾ। ਬਾਬਾ ਜੀ ਪੁੱਛਦੇ ਨੇ " ਕਲ ਤਾਂ ਐਂਤਵਾਰ ਹੈ ਤੁਹਾਨੂੰ ਤਾਂ ਛੁੱਟੀ ਹੋਣੀ "

ਅਸੀ ਕਹਿੰਦੇ ਹਾਂ ਕਿ " ਹਾਂ ਬਾਬਾ ਜੀ ਕਲ ਤਾਂ ਸਾਨੂੰ ਛੁੱਟੀ ਹੈ। "

ਬਾਬਾ ਜੀ ਆਪਣੀ ਗੱਲ ਸ਼ੁਰੂ ਕਰਨ ਤੋਂ ਪਹਿਲਾਂ ਸਾਨੂੰ ਸਾਡੇ ਨਾਂ ਪੁੱਛਦੇ ਹਨ। ਅਸੀ ਇਕ ਇਕ ਕਰਕੇ ਉਹਨਾਂ ਨੂੰ ਆਪਣੇ ਨਾਮ ਦਸ ਦਿੰਦੇ ਹਨ। ਨਾਂ ਦਸਣ ਤੋਂ ਬਾਅਦ ਬਾਬਾ ਜੀ ਸਾਡੇ ਪਰਿਵਾਰ ਬਾਰੇ ਵੀ ਕੁੱਝ ਸਵਾਲ ਪੁੱਛਦੇ ਹਨ। ਤਾਂ ਜਿਹੜੇ ਸਵਾਲ ਬਾਬਾ ਜੀ ਸਾਨੂੰ ਪੁੱਛਦੇ ਨੇ ਉਹਨਾਂ ਦਾ ਆਰਾਮ ਨਾਲ਼ ਜਵਾਬ ਦਿੰਦੇ ਹਾਂ। ਸਾਨੂੰ ਤਾਂ ਸਿਰਫ਼ ਉਸ ਗੱਲ ਦਾ ਇੰਤਜ਼ਾਰ ਸੀ ਕਿ ਕਦੋਂ ਬਾਬਾ ਜੀ ਸਾਨੂੰ ਉਸ ਘਰ ਬਾਰੇ ਆਪਣੀਆਂ ਗੱਲਾਂ ਦੱਸਣ ।

ਫਿਰ ਬਾਬਾ ਜੀ ਆਪਣੀ ਗੱਲ ਦੀ ਸ਼ੁਰੂਆਤ ਕਰਦੇ ਹੋਏ ਕਹਿੰਦੇ ਨੇ " ਕਿ ਬੱਚਿਓ ਪਿੰਡ ਵਿੱਚ ਤਾਂ ਇਸ ਘਰ ਬਾਰੇ ਬਹੁਤ ਸਾਰੀਆਂ ਪੁਠੀਆਂ ਸਿਧੀਆਂ ਗਲਾਂ ਪ੍ਰਚਲੀਤ ਹਨ । ਪਿੰਡ ਦੇ ਵਿਹਲੜ ਤਾਂ ਐਂਵੇਂ ਹੀ ਭਕਾਈ ਮਾਰਦੇ ਰਹਿੰਦੇ ਨੇ। ਉਹਨਾਂ ਨੂੰ ਤਾਂ ਗੱਲਾਂ ਕਰਨ ਤੋਂ ਇਲਾਵਾ ਹੋਰ ਕੋਈ ਵੀ ਕੰਮ ਨਹੀ ਹੈ।"

ਵਿਸ਼ਾਲ ਬਾਬਾ ਜੀ ਨੂੰ ਪੁੱਛਦਾ ਹੈ ਕਿ " ਬਾਬਾ ਜੀ ਅਸੀਂ ਪਿੰਡ ਦੇ ਲੋਕਾਂ ਅਤੇ ਆਪਣੇ ਘਰਦੀਆਂ ਤੋਂ ਵੀ ਕੁੱਝ ਗੱਲਾਂ ਇਸ ਘਰ ਬਾਰੇ ਸੁਣੀਆਂ ਨੇ ਮੇਰੀ ਦਾਦੀ ਵੀ ਸਾਨੂੰ ਦੱਸਦੀ ਸੀ ਕਿ ਇਸ ਪੁਰਾਣੇ ਘਰ ਉਤੇ ਕਿਸੇ ਆਤਮਾ ਦਾ ਸਾਯਾ ਹੈ। ਜਿਹੜਾ ਇਹਨਾਂ ਨੂੰ ਬਰਬਾਦ ਕਰ ਰਿਹਾ ਹੈ। "

ਬਾਬਾ ਜੀ ਕਹਿੰਦੇ ਨੇ " ਸਾਯਾ ਤਾਂ ਹੈ ਪਰ ਇਹ ਨਹੀ ਪਤਾ ਕਿਸ ਦਾ ਹੈ ? ਇਹ ਘਰ ਤਾਂ ਪਹਿਲਾ ਤੋਂ ਹੀ ਬਰਬਾਦ ਹੈ ਹੁਣ ਹੋਰ ਕਿ ਬਰਬਾਦ ਹੋਣਾ ਹੈ ! ਇਸ ਘਰ ਦੇ ਮੈਂਬਰ ਬਹੁਤ ਅਜ਼ੀਬ ਤਰਾਂ ਵਰਤਾਓ ਕਰਦੇ ਨੇ 1 ਇਦਾਂ ਲਗਦਾ ਹੈ ਕਿ ਦਿਮਾਗੀ ਤੌਰ ਤੇ ਪ੍ਰੇਸ਼ਾਨ ਹੋਣ। ਅਜਿਹਾ ਤਾਂ ਹੀ ਹੁੰਦਾ ਹੈ ਜਦੋਂ ਬੰਦੇ ਨੂੰ ਕੋਈ ਗੱਲ ਅੰਦਰ ਹੀ ਅੰਦਰ ਖਾ ਰਹੀ ਹੋਵੇ। "

ਬਾਬਾ ਜੀ ਦੀ ਇਹ ਗਲ ਤਾਂ ਸਹੀ ਸੀ। ਉਸ ਘਰ ਦੇ ਮੈਂਬਰਾਂ ਦਾ ਵਰਤਾਓ ਬਹੁਤ ਹੀ ਅਜ਼ੀਬ ਸੀ ਕਿਉਕਿ ਅਸੀਂ ਆਪਣੀਆਂ ਅੱਖਾਂ ਨਾਲ਼ ਵੇਖ ਹੀ ਲਿਆ ਸੀ। ਮੈਂ ਜਿਨਾ ਸੁਣੀਆ ਤੇ ਜਾਨਣ ਦੀ ਕੋਸ਼ੀਸ ਕਿਤੀ ਸੀ। ਮੈਨੂੰ ਪਤਾ ਲਗੀਆ ਸੀ ਕਿ ਪਹਿਲਾਂ ਤਾਂ ਉਹ ਪਰਿਵਾਰ ਖੁਸ਼ ਸੀ ਪਰ ਹੁਣ ਇਦਾਂ ਦਾ ਕੁਝ ਵੀ ਨਹੀ 1 ਪਿੰਡ ਵਿਚ ਉਹ ਪਰਿਵਾਰ ਬਹੁਤ ਘੱਟ ਲੋਕਾਂ ਨਾਲ ਵਰਤਦਾ ਸੀ ਜਾਂ ਇਹ ਕਹਿ ਲਓ ਕਿ ਕਿਸੇ ਨਾਲ ਵੀ ਨਹੀਂ। ਉਹ ਪਰਿਵਾਰ ਆਪਣੀ ਹੀ ਇੱਕ ਦੁਨੀਆਂ ਵਿੱਚ ਰਹਿੰਦਾ ਸੀ। ਨਾ ਹੀ ਕਿਸੇ ਤਿਉਹਾਰ ਤੇ ਉਹਨਾਂ ਵਿੱਚ ਖੁਸ਼ੀ ਦੇਖਣ ਨੂੰ ਮਿਲਦੀ ਤੇ ਨਾ ਹੀ ਕਿਸੇ ਆਮ ਦਿਨ ਤੇ। ਕਿਸੇ ਨੂੰ ਨਹੀ ਪਤਾ ਸੀ ਅਜੀਹਾ ਉਸ ਪਰਿਵਾਰ ਵਿੱਚ ਚਲ ਕਿ ਰਿਹਾ ਹੈ | ਇਹ ਤੇ ਉਹ ਪਰਿਵਾਰ ਹੀ ਜਾਣਦਾ ਸੀ। ਇੰਜ ਇੱਕਲੀਆਂ ਰਹਿਣਾ ਕਿਸੇ ਨਾਲ ਬੋਲਣਾ ਨਹੀ ਇਸ ਨਾਲ ਤਾਂ ਉਹਨਾਂ ਦੀ ਮਾਨਸਿਕਤਾ ਹੋਰ ਵੀ ਖ਼ਰਾਬ ਹੁੰਦੀ ਜਾ ਰਹੀ ਸੀ।

ਮੈਂ ਬਾਬਾ ਜੀ ਤੋਂ ਇੱਕ ਗੱਲ ਪੁੱਛਦਾ ਹਾਂ " ਬਾਬਾ ਜੀ ਤੁਸੀ ਇਸ ਘਰ ਵਿੱਚ ਆਪਣੀਆਂ ਅੱਖਾ ਨਾਲ ਕੀ - ਕੀ ਹੁੰਦਾ ਵੇਖਿਆ ਏ ?

ਬਾਬਾ ਜੀ ਜਵਾਬ ਦਿੰਦੇ ਹੋਏ ਕਹਿੰਦੇ ਹਨ ਕਿ " ਮੈਂ ਤੁਹਾਨੂੰ ਇਸ ਘਰ ਬਾਰੇ ਕੁਝ ਅਜਿਹੀਆਂ ਗੱਲਾਂ ਦਸਾਂਗਾਂ ਕਿ ਜਿਹੜੀਆਂ ਪਿੰਡ ਦੇ ਲੋਕਾਂ ਨੂੰ ਵੀ ਨਹੀ ਪਤਾ ਹੋਣੀ | ਕਿਉਕਿ ਉਹ ਘਟਨਾਵਾਂ ਮੈਂ ਖ਼ੁਦ ਹੁੰਦੀਆਂ ਵੇਖੀਆਂ ਨੇ ਜਿਹਨਾਂ ਨੂੰ ਦੇਖ ਕੇ ਤਾਂ ਮੈ ਵੀ ਹੈਰਾਨ ਰਹਿ ਗਿਆ ਸੀ। "

ਬਾਬਾ ਜੀ ਬੋਲਦੇ ਹੀ ਹੁੰਦੇ ਨੇ ਕਿ ਸਮੀਰ ਵਿਚਕਾਰ ਹੀ ਸਵਾਲ ਕਰ ਦਿੰਦਾ ਹੈ " ਬਾਬਾ ਜੀ ਤੁਸੀ ਅਜੀਹਾ ਕਿ ਦੇਖੀਆ ? "

ਬਾਬਾ ਜੀ ਕਹਿੰਦੇ ਨੇ " ਸਬਰ ਕਰ ਪੁੱਤਰ ! ਮੈਂ ਤੁਹਾਨੂੰ ਸਭ ਕੁੱਝ ਦਸ ਦੇਣਾ ਹੈ ਜੇ ਕੁਝ ਰਹਿ ਵੀ ਗਿਆ ਤਾਂ ਫਿਰ ਕਿਸੇ ਦਿਨ ਮੇਰੇ ਕੋਲ਼ ਆ ਜਾਇਓ । ਮੈਂ ਫਿਰ ਦਸ ਦੇਵਾਂਗਾਂ ਨਾਲੇ ਗੱਲਾਂ ਤਾਂ ਚੱਲਦੀਆਂ ਹੀ ਰਹਿਣੀਆਂ ਨੇ ਪੁਤਰਾ ! ਤੁਸੀਂ ਮਿਲ ਗਏ ਤੁਹਾਡੇ ਨਾਲ ਹੋ ਗਈਆਂ ਨਹੀ ਤਾਂ ਕਈ ਵਾਰੀ ਮੈਂ ਆਪਣੀਆਂ ਮੱਝਾਂ ਨਾਲ ਵੀ ਗੱਲਾਂ ਕਰ ਲੈਂਦਾ ਹਾਂ । "

ਬਾਬਾ ਜੀ ਦੀ ਇਸ ਗੱਲ ਤੋਂ ਇਕ ਪਿਆਰੀ ਜਿਹੀ ਮੁਸਕਰਾਹਟ ਸਾਡੇ ਚਿਹਰਿਆਂ ਤੇ ਆ ਜਾਂਦੀ ਹੈ ।

ਨਸ਼ੀਬ ਸਾਨੂੰ ਕਹਿੰਦਾ ਹੈ " ਜਦੋਂ ਬਾਬਾ ਜੀ ਆਪਣੀ ਗੱਲ ਦਸ ਰਹੇ ਹੋਣ ਤਾਂ ਕਿਸੇ ਨੇ ਵਿਚਕਾਰ ਨਹੀ ਬੋਲਣਾ ! ਗੱਲ ਖ਼ਤਮ ਹੋਣ ਤੋਂ ਬਾਅਦ ਹੀ ਬੋਲਣਾ ਹੈ "

ਇਨਾਂ ਕਹਿ ਕੇ ਨਸ਼ੀਬ ਬਾਬਾ ਜੀ ਵਲ ਵੇਖਕੇ ਉਹਨਾਂ ਨੂੰ ਆਪਣੀ ਗਲ ਦੱਸਣ ਨੂੰ ਕਹਿੰਦਾ ਹੈ।

ਨਸ਼ੀਬ ਦੀ ਗੱਲ ਸੁਣ ਕੇ ਬਾਬਾ ਜੀ ਆਪਣੀ ਗੱਲ ਦੀ ਸ਼ੁਰੂਆਤ ਕਰਦੇ ਹੋਏ ਕਹਿੰਦੇ ਹਨ ਕਿ " ਬੱਚਿਓ ਧਿਆਨ ਨਾਲ਼ ਸੁਣੀਓ ! ਮੈਂ ਇਸ ਘਰ ਦੇ ਮੁੰਡੇ ਸੁਰਜੀਤ ਤੇ ਵਿਕਰਮ ਨੂੰ ਜਾਣਦਾ ਹਾਂ ਉਹ ਮੇਰੇ ਤੋਂ ਉਮਰ ਵਿੱਚ ਛੋਟੇ ਨੇ ਅਤੇ ਉਹਨਾਂ ਵਿਚੋਂ ਵੱਡਾ ਤਾਂ ਘਰ ਹੀ ਖੇਤੀ ਬਾੜੀ ਦਾ ਕੰਮ ਕਰਦਾ ਹੈ ਅਤੇ ਛੋਟਾ ਬੇਟਾ ਬਾਹਰ ਹੀ ਰਹਿੰਦਾ ਹੈ। ਲੱਗਭਗ ਅਜ ਤੋਂ 10 ਸਾਲ ਪਹਿਲਾਂ ਉਹਨਾਂ ਨੂੰ ਆਪਣੇ ਖੇਤ ਵਿੱਚ ਖ਼ੁਦਾਈ ਕਰਦੀਆਂ ਇੱਕ ਮਿੱਟੀ ਦਾ ਘੜਾ ਮਿਲੀਆ ਸੀ। ਮੈਂ ਤਾਂ ਕੋਈ ਘੜਾ ਨਹੀ ਦੇਖੀਆ ਸੀ ਪਰ ਪਿੰਡ ਦੇ ਕੁਝ ਲੋਕਾਂ ਦਾ ਕਹਿਣਾ ਸੀ ਕਿ ਉਹਨਾਂ ਨੇ ਉਹ ਮਿੱਟੀ ਦਾ ਘੜਾ ਖੇਤ ਵਿੱਚ ਹੀ ਦੇਖਿਆ ਸੀ। ਕਹਿੰਦੇ ਸੀ ਕਿ ਉਸ ਮਿੱਟੀ ਦੇ ਘੜੇ ਵਿੱਚ ਕੋਈ ਆਤਮਾ ਕੈਦ ਕਿਤੀ ਹੋਈ ਸੀ। ਜਿਹੜੀ ਕਿ ਹੁਣ ਉਹਨਾਂ ਦੇ ਘਰ ਵਿੱਚ ਆ ਗਈ ਹੈ। ਅਤੇ ਉਸ ਤੋਂ ਬਾਅਦ ਹੀ ਇਹਨਾਂ ਦੇ ਘਰ ਵਿਚ ਘਟਨਾਵਾਂ ਹੋਣ ਲਗੀਆਂ । ਇਕ ਵਾਰੀ ਤਾਂ ਇਹਨਾਂ ਕੇ ਘਰ ਵਿਚ ਅੱਗ ਵੀ ਲਗ ਗਈ ਸੀ। ਇਹ ਗੱਲ ਤਾ ਤੁਸੀਂ ਸੁਣੀ ਹੀ ਹੋਣੀ ?

ਸਮੀਰ ਕਹਿੰਦਾ ਹੈ ਕਿ " ਹਾਂ ਜੀ ਬਾਬਾ ਜੀ ਇਹ ਗੱਲ ਤਾਂ ਮੈਂ ਆਪਣੇ ਹੀ ਚਾਚਾ ਜੀ ਤੋਂ ਸੁਣੀ ਸੀ ਤੇ ਫਿਰ ਮੈਂ ਇਹਨਾਂ ਆਪਣੇ ਦੋਸਤਾਂ ਨੂੰ ਵੀ ਸੁਣਾਈ ਸੀ । ਮਿੱਟੀ ਦਾ ਘੜਾ ਮਿਲਣ ਤੋਂ ਬਾਅਦ ਹੀ ਇਹਨਾਂ ਦੇ ਘਰ ਦਾ ਨੁਕਸਾਨ ਹੋਣਾ ਸ਼ੁਰੂ ਹੋ ਗਿਆ ਸੀ ਤੇ ਹੁਣ ਤਾਂ ਹਾਲਾਤ ਅਸੀ ਦੇਖ ਹੀ ਰਹੇ ਹਾਂ । "

ਬਾਬਾ ਜੀ ਫਿਰ ਤੋਂ ਆਪਣੀ ਗੱਲ ਸ਼ੁਰੂ ਕਰਦੇ ਹਨ ਤੇ ਕਹਿੰਦੇ ਨੇ " ਉਸ ਦੌਰਾਨ ਹੀ ਇਹਨਾਂ ਦੇ ਘਰ ਦੇ ਹਾਲਾਤ ਵਿਗੜਨੇ ਸ਼ੁਰੂ ਹੋ ਗਏ ਸੀ। ਸੁਰਜੀਤ ਤਾਂ ਹੁਣ ਘਰ ਕਦੇ ਹੀ ਆਉਂਦਾ ਹੈ ਸਾਲ ਵਿਚ ਇਕ ਦੋ ਵਾਰੀ ਜੇ ਆਉਂਦਾ ਵੀ ਹੈ ਤਾਂ ਦਿਨ ਵਿਚ ਹੀ ਚਲਿਆ ਜਾਂਦਾ ਹੈ ਰਾਤ ਤਾਂ ਕਦੇ ਰੁਕਦਾ ਹੀ ਨਹੀ। "

ਮੈਂ ਪੁੱਛਦਾ ਹਾਂ ਕਿ " ਸੁਰਜੀਤ ਇੱਥੇ ਰਾਤ ਕਿਉਂ ਨਹੀ ਰੁਕਦਾ "

ਬਾਬਾ ਜੀ ਕਹਿੰਦੇ ਨੇ " ਕਿਉਂਕਿ ਸੁਰਜੀਤ ਨਾਲ ਇਸ ਘਰ ਵਿੱਚ ਬਹੁਤ ਬੁਰੀਆਂ ਘਟਨਾਵਾਂ ਹੋਣ ਲੱਗ ਪਈਆਂ ਸੀ। ਜਦੋਂ ਦਾ ਉਹਨਾਂ ਦੇ ਖੇਤ ਵਿੱਚੋਂ ਉਹ ਮਿੱਟੀ ਦਾ ਘੜਾ ਮਿਲੀਆ ਸੀ। ਉਸਦਾ ਵੱਡਾ ਭਰਾ ਵਿਕਰਮ ਉਹ ਤਾਂ ਅੜਬ ਦਿਮਾਗੀ ਬੰਦਾ ਸੀ। ਉਸ ਨੂੰ ਤਾਂ ਇੰਨਾ ਕੁੱਝ ਫ਼ਰਕ ਨਾ ਹੋਇਆ ਪਰ ਸੁਰਜੀਤ ਦੀ ਤਾਂ ਉਸ ਸਮੇਂ ਮਾਨਸੀਕ ਹਾਲਤ ਬਹੁਤ ਖ਼ਰਾਬ ਹੋ ਚੁੱਕੀ ਸੀ।

ਉਹ ਡਰਦਾ ਵੀ ਬਹੁਤ ਸੀ । ਪਹਿਲਾਂ ਤਾਂ ਕਹਿੰਦੇ ਨੇ ਕਿ ਸੁਰਜੀਤ ਨੂੰ ਘਰ ਵਿਚ ਕਿਸੇ ਅਣਜਾਣ ਵਿਅਕਤੀ ਦੀ ਪਰਛਾਈ ਨਜ਼ਰ ਆਉਣ ਲਗ ਗਈ ਸੀ। ਉਸਨੂੰ ਹਮੇਸ਼ਾ ਘਰ ਵਿੱਚ ਇਹ ਡਰ ਲਗੀਆ ਰਹਿੰਦਾ ਸੀ ਕਿ ਘਰ ਵਿੱਚ ਕੋਈ ਹੋਰ ਵੀ ਵਿਅਕਤੀ ਹੈ ਜਿਹੜਾ ਉਸ ਤੇ ਹਮੇਸ਼ਾ ਨਜ਼ਰ ਰੱਖਦਾ ਹੈ। ਸੁਰਜੀਤ ਨੂੰ ਇਦਾਂ ਹੀ ਲਗਦਾ ਰਹਿੰਦਾ ਸੀ। ਜਿਸ ਕਾਰਨ ਘਰ ਵਿੱਚ ਰਹਿੰਦੀਆਂ ਹੌਲੀ - ਹੌਲੀ ਉਸਦੀ ਮਾਨਸੀਕ ਹਾਲਤ ਖ਼ਰਾਬ ਹੁੰਦੀ ਜਾ ਰਹੀ ਸੀ। "

ਵਿਸ਼ਾਲ ਬਾਬਾ ਜੀ ਨੂੰ ਸਵਾਲ ਕਰਦਾ ਹੋਈਆ ਕਹਿੰਦਾ ਹੈ " ਬਾਬਾ ਜੀ ਅਸਲ ਵਿੱਚ ਸੁਰਜੀਤ ਨਾਲ ਕਿਹੜੀ ਘਟਨਾ ਹੋਈ ਸੀ। ਜਿਸ ਕਾਰਨ ਉਸਦੀ ਮਾਨਸੀਕ ਹਾਲਤ ਖ਼ਰਾਬ ਹੋ ਗਈ ਸੀ ? ਅਸੀ ਉਹ ਮਿੱਟੀ ਦੇ ਘੜੇ ਵਾਲੀ ਤਾਂ ਗੱਲ ਸੁਣੀ ਹੋਈ ਹੈ ਕਿ ਸੁਰਜੀਤ ਵੀ ਉਸ ਸਮੇਂ ਖੇਤ ਵਿੱਚ ਹੀ ਸੀ ਜਦੋਂ ਉਹ ਮਿੱਟੀ ਦਾ ਘੜਾ ਮਿਲੀਆ ਸੀ। ਨਾਲੇ ਉਹ ਤਾਂ ਮਿੱਟੀ ਦੇ ਘੜੇ ਵਾਲੀ ਗੱਲ ਨੂੰ ਬਹੁਤ ਗੰਭੀਰਤਾ ਨਾਲ਼ ਲੈ ਰਿਹਾ ਸੀ । "

ਬਾਬਾ ਜੀ ਕਹਿੰਦੇ ਨੇ " ਵਿਚਾਰੇ ਸੁਰਜੀਤ ਨਾਲ ਤਾਂ ਬਹੁਤ ਮਾੜੀ ਹੋਈ ਸੀ। ਜਦ ਉਹਨਾਂ ਦੇ ਘਰ ਅੱਗ ਲਗਣ ਦੀ ਘਟਨਾ ਹੋਈ ਸੀ। ਤਾਂ ਉਸ ਤੋਂ ਬਾਅਦ ਇੱਕ ਰਾਤ ਸੁਰਜੀਤ ਸੌਂ ਰਿਹਾ ਸ਼ੀ। ਘਰ ਦੇ ਬਾਕੀ ਮੈਂਬਰ ਵੀ ਸ਼ੌਂ ਰਹੇ ਸੀ । ਰਾਤ ਨੂੰ ਬਿਜਲੀ ਚਲੀ ਜਾਂਦੀ ਹੈ । ਬਿਜਲੀ ਜਾਣ ਕਾਰਨ ਪੱਖੇ ਵੀ ਬੰਦ ਹੋ ਜਾਂਦੇ ਹਨ। ਗਰਮੀ ਹੋਣ ਕਾਰਣ ਉਸਨੂੰ ਬੇਚੈਨੀ ਬਹੁਤ ਹੋ ਰਹੀ ਸੀ। ਤੇ ਉਸਦੀ ਅੱਖ ਖੁਲ ਜਾਂਦੀ ਹੈ ।

ਉਸ ਤੋਂ ਬਾਅਦ ਤਾਂ ਸੁਰਜੀਤ ਨੂੰ ਨੀਂਦ ਹੀ ਨਹੀ ਆਉਂਦੀ ਹੈ। ਉਹ ਬੇਚੈਨ ਹੋ ਜਾਂਦਾ ਹੈ। ਬੈਚੈਨ ਹੋ ਕੇ ਉਹ ਕਮਰੇ ਤੋਂ ਬਾਹਰ ਆਉਂਦਾ ਹੈ। ਬਾਹਰ ਆਕੇ ਉਹ ਬਰਾਂਡੇ ਵਿੱਚ ਮੰਜੇ ਉਤੇ ਪੈਂ ਜਾਂਦਾ ਹੈ। ਬਾਹਰ ਉਸਨੂੰ ਥੋੜਾ ਆਰਾਮ ਮਿਲਦਾ ਹੈ। ਕਿਉਕਿ ਬਾਹਰ ਠੰਡੀ ਹਵਾ ਚੱਲ ਰਹੀ ਸੀ। ਉਹ ਬਰਾਂਡੇ ਵਿੱਚ ਆਰਾਮ ਨਾਲ ਸ਼ੌਂ ਰਿਹਾ ਸੀ ਤਾਂ ਅਚਾਨਕ ਉਸਨੂੰ ਘਰ ਦੇ ਦਰਵਾਜ਼ੇ ਤੇ ਇਕ ਆਵਾਜ਼ ਸੁਣਾਈ ਦਿੰਦੀ ਹੈ। ਪਹਿਲਾਂ ਤਾਂ ਉਸਨੂੰ ਸਮਝ ਨੀ ਆਉਂਦੀ । ਇਸ ਕਰਕੇ ਉਹ ਸੌਣ ਦੀ ਕੋਸ਼ੀਸ ਕਰਦਾ ਹੈ । ਥੋੜੀ ਦੇਰ ਬਾਅਦ ਉਸਨੂੰ ਉਹ ਆਵਾਜ਼ ਦੁਬਾਰਾ ਸੁਣਾਈ ਦਿੰਦੀ ਹੈ ਤਾਂ ਉਹ ਉਠ ਕੇ ਘਰ ਦੇ ਦਰਵਾਜ਼ੇ ਵੱਲ ਦੇਖਣ ਦੀ ਕੋਸ਼ੀਸ ਕਰਦਾ ਹੈ। ਪਰ ਹਨੇਰਾ ਹੋਣ ਕਰਕੇ ਉਸਨੂੰ ਕੁੱਝ ਦਿਖਾਈ ਨਹੀ ਦਿੰਦਾ

ਹੈ। ਉਹ ਮੰਜੇ ਤੇ ਪਿਆ ਹੀ ਆਵਾਜ਼ ਮਾਰ ਕੇ ਕਹਿੰਦਾ ਹੈ " ਕੌਣ ਹੈ ? ਕੌਣ ਹੈ ? " ਉਸਦੇ ਇਹ ਕਹਿਣ ਤੇ ਉਸਨੂੰ ਕੋਈ ਆਵਾਜ ਨਹੀਂ ਆਉਂਦੀ ਉਸਨੂੰ ਇੰਝ ਲੱਗਦਾ ਹੈ ਸ਼ਾਇਦ ਕੋਈ ਬਿਲੀ ਜਾਂ ਕੁੱਤਾ ਹੋਣਾਂ। ਉਹ ਫਿਰ ਦੁਬਾਰਾ ਸੌਂਣ ਦੀ ਕੋਸ਼ੀਸ ਕਰਦਾ ਹੈ। ਉਹ ਆਰਾਮ ਨਾਲ ਮੰਜੇ ਉਤੇ ਪਿਆ ਸੀ। ਨੀਂਦ ਤਾਂ ਉਸਨੂੰ ਆ ਨਹੀ ਰਹੀ ਸੀ। ਉਹ ਮੰਜੇ ਉਤੇ ਪਿਆ ਇੱਕ ਪਾਸੇ ਤੋਂ ਦੂਜੇ ਪਾਸੇ ਗੇੜੇ ਖਾ ਰਿਹਾ ਸੀ। ਤਾਂ ਫਿਰ ਉਸ ਨੂੰ ਇਕ ਆਵਾਜ਼ ਹੋਰ ਆਉਂਦੀ ਹੈ ਜਿਹੜੀ ਕਿ ਕਿਸੇ ਦੇ ਕਦਮਾਂ ਦੀ ਆਵਾਜ਼ ਸੀ। ਆਵਾਜ਼ ਕੁੱਝ ਇਦਾਂ ਸੀ ਕਿ ਜਿਵੇਂ ਕੋਈ ਜ਼ੋਰ ਜ਼ੋਰ ਨਾਲ ਆਪਣੇ ਪੈਰ ਧਰਤੀ ਉਤੇ ਮਾਰ ਰਿਹਾ ਹੋਵੇ। ਉਹ ਆਵਾਜ਼ ਸੁਣਦੀਆਂ ਹੀ ਇਕਦਮ ਮੰਜੇ ਤੋਂ ਉੱਠਦਾ ਹੈ ਅਤੇ ਦਰਵਾਜ਼ੇ ਵਲ ਵਧਦਾ ਹੈ। ਉਹ ਬਹੁਤ ਗੁਸੇ ਵਿੱਚ ਸੀ। ਤਾਂ ਉਹ ਦਰਵਾਜ਼ੇ ਅੱਗੇ ਦੇਖਦਾ ਹੈ ਕਿ ਦਰਵਾਜੇ ਕੋਲ਼ ਇੱਕ ਬੁੱਢੀ ਔਰਤ ਬੈਠੀ ਹੁੰਦੀ ਹੈ। ਜਿਹੜੀ ਆਪਣੇ ਹੱਥ ਵਿੱਚ ਫੜੇ ਹੋਏ ਬਰਤਨ ਨੂੰ ਜ਼ੋਰ-ਜ਼ੋਰ ਨਾਲ ਧਰਤੀ ਉੱਤੇ ਮਾਰ ਰਹੀ ਸੀ। ਇਹ ਦ੍ਰਿਸ਼ ਦੇਖ ਕੇ ਤਾਂ ਉਸਦਾ ਬੁਰਾ ਹਾਲ ਹੋ ਜਾਂਦਾ ਹੈ। ਉਸਦੀ ਹਾਲਤ ਖ਼ਰਾਬ ਹੋ ਜਾਂਦੀ ਹੈ। ਉਸ ਦੇ ਮੂੰਹ ਚੋਂ ਇੱਕ ਬੋਲ ਵੀ ਨਹੀਂ ਆਉਂਦਾ। ਉਹ ਡਰ ਦੇ ਮਾਰੇ ਬੇਹੋਸ਼ ਹੋ ਕੇ ਉਥੇ ਹੀ ਡਿੱਗ ਪੈਂਦਾ ਹੈ। ਉਸਦੇ ਤਾਂ ਹੋਸ਼ ਹੀ ਉੱਡ ਜਾਂਦੇ ਹਨ।

ਕੁੱਝ ਸਮੇਂ ਬਾਅਦ ਉਸ ਦਾ ਵੱਡਾ ਭਰਾ ਤੇ ਉਸਦਾ ਪਿਓ ਉਸ ਨੂੰ ਦਰਵਾਜੇ ਦੇ ਸਾਹਮਣੇ ਤੋਂ ਉਠਾਉਂਦੇ ਹਨ। ਉਸਦਾ ਪਿਓ ਤੇ ਭਰਾ ਵੀ ਹੈਰਾਨ ਸੀ। ਉਹ ਸੋਚ ਰਹੇ ਸੀ ਕਿ ਇਸਨੂੰ ਕੀ ਹੋ ਗਿਆ ਏ। ਕੁੱਝ ਸਮੇਂ ਬਾਅਦ ਉਸਨੂੰ ਹੋਸ਼ ਆਉਂਦਾ ਹੈ ਤਾਂ ਉਸਦਾ ਚਿਹਰਾ ਪਿਲਾ ਪੈ ਗਿਆ ਸੀ। ਉਸ ਰਾਤ ਤਾਂ ਉਹ ਬਹੁਤ ਜਿਆਦਾ ਡਰ ਗਿਆ ਸੀ। "

ਬਾਬਾ ਜੀ ਆਪਣੀ ਗੱਲ ਸੁਣਾਉਂਦੀਆਂ ਥੋੜਾ ਰੁਕਦੇ ਹਨ। ਇੰਨੇ ਨੂੰ ਮੈਂ ਉਹਨਾਂ ਨੂੰ ਇੱਕ ਸਵਾਲ ਕਰਦਾ ਹਾਂ ਕਿ " ਸੱਚੀ ਬਾਬਾ ਜੀ ਸੁਰਜੀਤ ਨੇ ਉਸ ਦਿਨ ਇਕ ਬੁਢੀ ਔਰਤ ਨੂੰ ਘਰ ਦੇ ਦਰਵਾਜ਼ੇ ਅਗੇ ਦੇਖਿਆ ਸੀ। "

ਬਾਬਾ ਜੀ " ਜਦ ਸੁਰਜੀਤ ਨੂੰ ਹੋਸ਼ ਆਇਆ ਸੀ ਤਾਂ ਉਸਦਾ ਵੱਡਾ ਭਰਾ ਤੇ ਉਸਦਾ ਪਿਓ ਉਸਨੂੰ ਪੁੱਛ ਰਹੇ ਸੀ ਕਿ ਤੈਨੂੰ ਕਿ ਹੋ ਗਿਆ ਸੀ। ਤੂੰ ਦਰਵਾਜ਼ੇ ਅੱਗੇ ਕਿਵੇਂ ਪਹੁੰਚ ਗਿਆ ਸੀ। ਤਾਂ ਸੁਰਜੀਤ ਉਹਨਾਂ ਨੂੰ ਸਾਰੀ ਕਹਾਣੀ ਦੱਸਦਾ ਹੈ ਕਿਵੇਂ ਉਸਨੇ ਦਰਵਾਜ਼ੇ ਅੱਗੇ ਇਕ ਬੁੱਢੀ ਔਰਤ ਨੂੰ ਬਰਤਨ ਖੜਕਾਉਂਦੇ ਹੋਏ ਦੇਖਿਆ ਹੈ। ਪਰ ਉਸਦਾ ਵੱਡਾ ਭਰਾ ਵਿਕਰਮ ਉਸਦੀ ਗੱਲ ਮੰਨਣ ਨੂੰ ਤਿਆਰ ਹੀ ਨਹੀ ਸੀ। ਵਿਕਰਮ ਦਾ ਕਹਿਣਾ ਸੀ ਕਿ ਉਹ ਦਰਵਾਜੇਂ ਤੋਂ ਬਾਹਰ ਵੀ ਸਭ ਦੇਖ ਕੇ ਆਇਆ ਹੈ ਉਥੇ ਕੋਈ ਵੀ ਨਹੀ ਸੀ। ਸੁਰਜੀਤ ਬਾਰ-ਬਾਰ ਇਹ ਗੱਲ ਕਹਿੰਦਾ ਹੈ ਕਿ ਉਸਨੇ ਦਰਵਾਜ਼ੇ ਅਗੇ ਇੱਕ ਬੁੱਢੀ ਔਰਤ ਨੂੰ ਹੀ ਦੇਖਿਆ ਸੀ। ਪਰ ਵਿਕਰਮ ਉਸਦੀ ਗੱਲ ਮੰਨਣ ਨੂੰ ਤਿਆਰ ਹੀ ਨਹੀ ਸੀ। ਜਿਸ ਤੋਂ ਬਾਅਦ ਉਹਨਾਂ ਦੇ ਘਰ ਵਿੱਚ ਤਨਾਅ ਦੀ ਪ੍ਰਸਥਿਤੀ ਰਹਿਣ ਲੱਗ ਗਈ। ਅਤੇ ਸੁਰਜੀਤ ਦੀ ਮਾਨਸੀਕ ਹਾਲਤ ਹੌਲੀ ਹੌਲੀ ਖ਼ਰਾਬ ਹੋਣ ਲੱਗ ਗਈ ਕਿਉਂਕਿ ਉਸਨੂੰ ਕਈ ਵਾਰ ਘਰ ਵਿੱਚ ਡਰਾਉਣੇ ਸਾਯੇ ਨਜ਼ਰ ਆਉਂਦੇ ਸੀ। ਉਸਨੂੰ ਤਾਂ ਆਪਣੀ ਵੀ ਪਰਛਾਈ ਤੋਂ ਡਰ

ਲੱਗਣ ਲੱਗ ਗਿਆ ਸੀ। ਉਸਦੀ ਹਾਲਤ ਬਹੁਤ ਜਿਆਦਾ ਖ਼ਰਾਬ ਹੋ ਗਈ ਸੀ। ਫਿਰ ਉਸਨੂੰ ਦਿੱਲੀ ਡਾਕਟਰ ਕੌਲ ਇਲਾਜ਼ ਲਈ ਭੇਜ ਦਿੱਤਾ ਉਸਤੋਂ ਬਾਅਦ ਤਾਂ ਉਹ ਦਿੱਲੀ ਹੀ ਰਿਹਾ ਉਥੇ ਹੀ ਉਸਨੇ ਵਿਆਹ ਕਰਾ ਲਿਆ ਤੇ ਉਥੇ ਹੀ ਵਸ ਗਿਆ | ਉਸਦੇ ਪਿੰਡ ਵਿੱਚ ਘੱਟ ਆਉਣ ਦਾ ਕਾਰਣ ਹੀ ਇਹ ਸੀ ਕਿ ਇਸ ਘਰ ਵਿੱਚ ਤਾਂ ਉਸਨੂੰ ਅਜ਼ੀਬ ਅਜ਼ੀਬ ਚਿਜ਼ਾਂ ਦਿਖਾਈ ਦਿੰਦੀਆਂ ਸੀ। ਜਿਸ ਕਰਕੇ ਉਸਨੂੰ ਇਸ ਘਰ ਤੋਂ ਬਹੁਤ ਨਫ਼ਰਤ ਹੋ ਗਈ ਤੇ ਇੱਕ ਸਾਲ ਉਹ ਪਿੰਡ ਵਿੱਚ ਆਇਆ ਹੀ ਨਹੀ। ਉਹ ਦਿੱਲੀ ਹੀ ਰਹਿਣ ਲੱਗ ਗਿਆ। "

ਬਾਬਾ ਜੀ ਆਪਣੀ ਗੱਲ ਖ਼ਤਮ ਕਰਦੇ ਹਨ। ਅਸੀ ਬੈਠੇ ਬੜੀ ਧਿਆਨ ਨਾਲ ਬਾਬਾ ਜੀ ਦੀ ਗੱਲਾਂ ਸੁਣ ਰਹੇ ਸੀ। ਗੱਲਾਂ ਸੁਣਦੇ ਸਮੇਂ ਅਸੀ ਡਰ ਵੀ ਰਹੇ ਸੀ ਤੇ ਹੈਰਾਨ ਵੀ ਹੋ ਰਹੇ ਸੀ। ਪਰ ਸਾਨੂੰ ਉਹ ਪਲ ਬਹੁਤ ਵਧੀਆ ਲੱਗ ਰਿਹਾ ਸੀ। ਮੈਂ ਸਮਾਂ ਦੇਖਿਆ ਤਾਂ ਰਾਤ ਦੇ 10:00 ਵਜ ਚੁੱਕੇ ਸੀ।

ਫਿਰ ਮੈਂ ਬਾਬਾ ਜੀ ਨੂੰ ਪੁੱਛਦਾ ਹਾਂ " ਬਾਬਾ ਜੀ ਸੁਰਜੀਤ ਜਿਹੜੀ ਬੁੱਢੀ ਔਰਤ ਦੀ ਗੱਲ ਕਰ ਰਿਹਾ ਸੀ। ਉਹ ਸੱਚ ਸੀ ਜਾਂ ਨਹੀ ? "

ਬਾਬਾ ਜੀ ਕਹਿੰਦੇ ਨੇ " ਹਾਂ ! ਮੈਂ ਤੁਹਾਨੂੰ ਆਪਣੇ ਨਾਲ ਹੋਈ ਇਕ ਗੱਲ ਹੋਰ ਦੱਸਦਾ ਹਾਂ | ਸਰਦੀਆਂ ਕੇ ਦਿਨਾਂ ਵਿੱਚ ਤੁਹਾਨੂੰ ਪਤਾ ਹੀ ਹੋਣਾ ਕਿ ਹਨੇਰਾ ਛੇਤੀ ਹੋ ਜਾਂਦਾਂ ਹੈ। ਮੈਂ ਇੱਕ ਦਿਨ ਸ਼ਹਿਰ ਕਿਸੇ ਕੰਮ ਤੋਂ ਚਲਿਆ ਗਿਆ ਤੇ ਵਾਪਿਸ ਆਉਂਦੀਆਂ ਮੈਂ ਲੇਟ ਹੋ ਗਿਆ | ਧੁੰਧ ਵੀ ਹਲਕੀ ਹਲਕੀ ਆਉਣ ਲੱਗ ਗਈ ਸੀ। ਮੈਂ ਆਪਣੇ ਬੇਟੇ ਨੂੰ ਮੱਝਾਂ ਤੇ ਗਾਵਾਂ ਦਾ ਧਿਆਨ ਰੱਖਣ ਲਈ ਇੱਥੇ ਕਮਰੇ ਉਤੇ ਛੱਡ ਗਿਆ ਸੀ। ਪਰ ਉਹ ਵੀ ਇਥੇ ਜਿਆਦਾ ਦੇਰ ਨਹੀ ਰੁਕਦਾ ਹੈ। ਤੇ ਘਰ ਚਲਿਆ ਜਾਂਦਾ ਹੈ। ਮੈਂ ਵੀ ਘਰ ਦੇਰ ਨਾਲ ਆਉਂਦਾ ਹਾਂ | ਘਰ ਆਉਣ ਤੋਂ ਬਾਅਦ ਖਾਣਾ ਖਾ ਕੇ ਸਿਧਾ ਆਪਣੇ ਕਮਰੇ ਤੇ ਹੀ ਆਉਂਦਾ ਹਾਂ ਕਿਉਂਕਿ ਮੈਨੂੰ ਆਪਣੀ ਮੱਝਾਂ ਦੀ ਫਿਕਰ ਸੀ। ਜਦੋਂ ਹਨੇਰੇ ਹੋਏ ਮੈਂ ਰਾਤ ਨੂੰ ਕਮਰੇ ਵੱਲ ਜਾ ਰਿਹਾ ਸੀ ਤਾਂ ਮੈਂ ਉਹ ਪੁਰਾਣਾ ਘਰ ਦੇ ਸਾਹਮਣੇ ਤੋਂ ਲੰਘਦਾ ਹਾਂ ਤਾਂ ਮੈਨੂੰ ਕੁੱਝ ਅਜੀਬ ਮਹਿਸੂਸ ਹੁੰਦਾ ਹੈ। ਮੈਂ ਛੇਤੀ ਵਿਚ ਸੀ ਮੈਨੂੰ ਇੰਝ ਲਗ ਰਿਹਾ ਸੀ ਜਿਵੇਂ ਮੇਰੇ ਪਿੱਛੇ ਪਿੱਛੇ ਕੋਈ ਮੇਰੇ ਨਾਲ ਨਾਲ ਚਲ ਰਿਹਾ ਹੋਵੇ। ਮੈਨੂੰ ਇੱਕ ਵਹਿਮ ਜਿਹਾ ਲਗੀਆ ਪਰ ਮੈਨੂੰ ਕਮਰੇ ਤੇ ਛੇਤੀ ਜਾਣਾ ਸੀ ਤੇ ਨਾਲੇ ਮੱਝਾਂ ਨੂੰ ਚਾਰਾ ਵੀ ਪਾਉਣਾ ਸੀ।

ਮੈਂ ਅੱਗੇ ਤੁਰਦਾ ਜਾ ਰਿਹਾ ਸੀ ਮੈਨੂੰ ਮਹਿਸੂਸ ਤਾਂ ਹੋ ਰਿਹਾ ਸੀ ਕੇ ਪਿੱਛੇ ਕੋਈ ਹੈ । ਪਰ ਮੈਂ ਸਾਹਮਣੇਂ ਦੇਖ ਕੇ ਤੁਰਦਾ ਰਿਹਾ ਤੇ ਪਿਛੇ ਮੁੜ ਕੇ ਨਾ ਦੇਖਿਆ । ਜਦ ਮੈਂ ਉਸ ਘਰ ਤੋਂ ਕਾਫੀ ਅੱਗੇ ਆ ਗਿਆ ਤਾਂ ਉਸਤੋਂ ਬਾਅਦ ਮੈਨੂੰ ਕੋਈ ਆਵਾਜ਼ ਨਹੀ ਆਈ। ਜਦੋਂ ਆਵਾਜ਼ ਆਉਣੀ ਬੰਦ ਹੋ ਗਈ ਤਾਂ ਮੈ ਪਿੱਛੇ ਮੁੜਕੇ ਉਸ ਘਰ ਵੱਲ ਦੇਖਿਆ ਤਾਂ ਕੋਈ ਅਣਜਾਣ ਔਰਤ ਉਸ ਘਰ ਦੇ ਅੱਗੇ ਚਕਰ ਕੱਟ ਰਹੀ ਸੀ ਮੈਂ ਘਰ ਤੋਂ ਦੂਰ ਆਪਣੇ ਕਮਰੇ ਦੇ ਕੋਲ਼ ਆ ਗਿਆ ਸੀ ਤਾਂ ਕਰਕੇ ਮੈਨੂੰ ਕੁੱਝ ਸਾਫ਼ ਦਿਖਾਈ ਨਾ ਦਿੱਤਾ ਕਿ ਉਹ ਔਰਤ ਕੌਣ ਸੀ। ਉਸਦਾ ਤੁਰਨਾ ਇਕ ਬੁਢੀ ਔਰਤ ਦੀ ਤਰਾਂ ਹੀ ਲੱਗ ਰਿਹਾ ਸੀ। "

ਮੈਂ ਫਿਰ ਬਾਬਾ ਜੀ ਨੂੰ ਪੁਛੀਆ " ਤੁਸੀ ਫਿਰ ਕਿ ਕਿਤਾ ? ਉਸ ਬੁੱਢੀ ਔਰਤ ਨੇ ਤੁਹਾਨੂੰ ਕੁੱਝ ਨੀ ਕਿਹਾ ? "

ਬਾਬਾ ਜੀ " ਮੈਂ ਆਪਣੇ ਕਮਰੇ ਕੋਲ ਪਹੁੰਚ ਗਿਆ ਸੀ। ਠੰਢ ਬਹੁਤ ਸੀ ਨਾਲੇ ਧੁੰਧ ਵੀ ਹੁੰਦੀ ਜਾ ਰਹੀ ਸੀ। ਕੁੱਝ ਸਾਫ ਦਿਖਾਈ ਨਹੀ ਦੇ ਰਿਹਾ ਸੀ। ਠੰਢ ਕਰਕੇ ਮੈਂ ਅੰਦਰ ਕਮਰੇ ਤੇ ਚਲੀਆ ਗਿਆ ਤੇ ਮੱਝਾਂ ਨੂੰ ਚਾਰਾ ਪਾ ਕੇ ਨਾਲੇ ਅੱਗ ਬਾਲ ਕੇ ਅੰਗੀਠੀ ਤਿਆਰ ਕਿਤੀ

ਤੇ ਆਰਾਮ ਨਾਲ ਪੈ ਗਿਆ । ਹਾਂ ਪਰ ਇਹ ਤਾਂ ਹੈ ਕੋਈ ਉਸ ਘਰ ਦੇ ਅੱਗੇ ਤਾਂ ਜਰੂਰ ਸੀ । ਮੈਨੂੰ ਹੁਣ ਵੀ ਯਾਦ ਹੈ । ਉਹ ਤਾਂ ਮੈਂ ਕਾਹਲੀ ਵਿੱਚ ਸੀ ਤਾਂ ਕਰਕੇ ਮੈਂ ਪਿੱਛੇ ਮੁੜ ਕੇ ਨਹੀਂ ਦੇਖਿਆ। ਪਰ ਉਸ ਤੋਂ ਬਾਅਦ ਮੈਨੂੰ ਅਜਿਹਾ ਕੁਝ ਵੀ ਦਿਖਾਈ ਨਾ ਦਿਤਾ ਕਦੇ। "

ਬਾਬ ਜੀ ਦੀ ਗੱਲ ਪੂਰੀ ਹੋਣ ਤੇ ਸਮੀਰ ਪੁੱਛਦਾ ਹੈ ਕਿ " ਬਾਬਾ ਜੀ ਉਸ ਬੁਢੀ ਔਰਤ ਨੇ ਤੁਹਾਨੂੰ ਕੁੱਝ ਨਹੀ ਕਿਹਾ"

ਬਾਬਾ ਜੀ ਮੁਸਕਰਾਉਂਦੇ ਹਨ ਤੇ ਕਹਿੰਦੇ ਨੇ " ਜੇ ਮੈਂ ਪਿੱਛੇ ਮੁੜ ਕੇ ਦੇਖ ਲੈਂਦਾ ਤਾਂ ਸ਼ਾਇਦ ਮੈਂ ਘਬਰਾ ਜਾਣਾ ਸੀ। ਤੇ ਉਹ ਜੋ ਕੋਈ ਵੀ ਸੀ ਮੇਰੇ ਤੇ ਹਮਲਾ ਵੀ ਕਰ ਸਕਦਾ ਸੀ ! ਪਰ ਮੈਂ ਚੁੱਪ-ਚਾਪ ਆਪਣੇ ਕਮਰੇ ਵੱਲ ਵਧਦਾ ਗਿਆ। ਇਹ ਨਹੀ ਸੀ ਕਿ ਮੈਨੂੰ ਘਬਰਾਹਟ ਨਹੀ ਹੋਈ। ਬਸ ਮੈਂ ਉਸ ਵਲ ਧਿਆਨ ਹੀ ਨਾ ਦਿੱਤਾ ਜੇ ਮੈਂ ਉਸ ਸਮੇਂ ਡਰ ਜਾਂਦਾਂ ਤਾਂ ਆਪਣਾ ਨੁਕਸ਼ਾਨ ਕਰਾ ਲੈਣਾ ਸੀ। ਹੁਣ ਤਾਂ ਸਾਨੂੰ ਡਰਨਾ ਵੀ ਕਿਉ ਐ ਮੈਂ ਆਪਣੀ ਜ਼ਿੰਦਗੀ ਦਾ ਇਕ ਵੱਡਾ ਹਿੱਸਾ ਜੀਅ ਲਿਆ ਹੈ । ਮੇਰੀ ਉਮਰ ਵੀ ਲਗਭਗ 60 ਦੇ ਕਰੀਬ ਹੋ ਗਈ ਹੈ । ਮੈ ਆਪਣੀ ਜਵਾਨੀ ਦੇ ਸਮੇਂ ਬਹੁਤ ਥਾਵਾਂ ਤੇ ਰਾਤ ਨੂੰ ਕੰਮ ਤੇ ਜਾਂਦਾ ਰਿਹਾ ਹਾਂ। ਤੇ ਮੈਨੂੰ ਜਿੰਦਗੀ ਦਾ ਬਹੁਤ ਅਨੁਭਵ ਹੋ ਗਿਆ ਹੈ। ਮੈ ਇਥੇ ਵੀ ਇਕਲਾ ਹੀ ਮੱਝਾਂ ਦੀ ਰਾਖੀ ਕਰਦਾ ਹਾਂ। ਆਪਣੇ ਬਚਪਨ ਵਿਚ ਤਾਂ ਮੈ ਡਰਦਾ ਸੀ। ਜਿਵੇਂ ਤੁਸੀ ਉਸ ਘਰ ਦੇ ਸਾਹਮਣੇ ਜਾਣ ਤੋਂ ਵੀ ਡਰਦੇ ਹੋ । ਜਦੋਂ ਤੁਹਾਨੂੰ ਵੀ ਜਿੰਦਗੀ ਦਾ ਅਨੁਭਵ ਹੋ ਜਾਏਗਾ ਤਾਂ ਤੁਹਾਨੂੰ ਵੀ ਸਭ ਕੁਝ ਆਪੇ ਸਮਝ ਆ ਜਾਵੇਗਾ "

ਇੰਨਾ ਕਹਿ ਕੇ ਬਾਬਾ ਜੀ ਆਪਣੀ ਗਲ ਖਤਮ ਕਰਦੇ ਹਨ। ਥੋੜੇ ਸਮੇਂ ਲਈ ਅਸੀ ਸਾਰੇ ਚੁੱਪ ਹੋ ਜਾਂਦੇ ਹਾਂ । ਮੈਂ ਤਾਂ ਬਾਬਾ ਜੀ ਵਲ ਹੀ ਦੇਖ ਰਿਹਾ ਸੀ।
ਬਾਬਾ ਜੀ ਦੀ ਗੱਲਾਂ ਦਿਮਾਗ ਖੋਲ ਦੇਣ ਵਾਲਿਆਂ ਸੀ।

ਸਮੀਰ ਨੂੰ ਘਰ ਤੋਂ ਫੋਨ ਆਉਦਾ ਹੈ ਉਸਦੀ ਮੰਮੀ ਉਸਨੂੰ ਪੁਛ ਰਹੀ ਸੀ ਕਿ "ਪੁੱਤਰ ਘਰ ਕਦੋਂ ਆਉਣਾ ਹੈ" ਤਾਂ ਸਮੀਰ ਦਾ ਕਹਿਣਾ ਸੀ" ਆ ਰਹੇ ਆਂ ਮੰਮੀ ਛੇਤੀ ਹੀ ! "
ਅਸੀ ਤਾਂ ਬੈਠੇ ਗੱਲਾਂ ਕਰ ਰਹੇ ਸੀ। ਮੈਂ ਸਮਾਂ ਦੇਖਦਾ ਹਾਂ ਤਾਂ 11:30 ਵਜ ਰਹੇ ਹੁੰਦੇ ਨੇ 1 ਅੱਧੇ ਘਟੇ ਬਾਅਦ ਅਸੀ ਆਪਣੇ ਘਰ ਜਾਣਾ ਸੀ। ਬਾਬਾ ਜੀ ਨਾਲ ਥੋੜਾ ਚਿਰ ਹੋਰ ਬੈਠ ਦੇ ਆਂ ।

ਅਸੀ ਬਾਬਾ ਜੀ ਨਾਲ ਹੋਰ ਵੀ ਬਹੁਤ ਗੱਲਾਂ ਕਰਦੇ ਹਨ। ਸਾਨੂੰ ਪਿੰਡ ਵਿੱਚ ਹੋਈਆਂ ਹੋਰ ਵੀ ਕਈ ਘਟਨਾਵਾਂ ਬਾਬਾ ਜੀ ਤੋਂ ਸੁਨਣ ਨੂੰ ਮਿਲਦੀਆਂ ਹਨ। ਜੋ ਕਿ ਸਾਡੇ ਲਈ ਬਹੁਤ ਰੋਮਾਂਚਕ ਸੀ। ਹੁਣ ਅਸੀ ਬਹੁਤ ਕੁਝ ਉਸ ਘਰ ਬਾਰੇ ਜਾਣ ਚੁੱਕੇ ਸੀ। ਸਾਨੂੰ ਇਹ ਸੀ ਕਿ

ਅਸੀ ਪਿੰਡ ਵਿੱਚ ਚਲ ਰਹੇ ਅੰਧ ਵਿਸ਼ਵਾਸ਼ ਦੀਆਂ ਗੱਲਾਂ ਅਤੇ ਕਹਾਣੀਆਂ ਤੋਂ ਪਰਦਾ ਹਟਾ ਦਿਆਂਗੇ ਤੇ ਪਰਦੇ ਪਿਛੇ ਲੁਕੇ ਹੋਏ ਸੱਚ ਸਭ ਦੇ ਸਾਹਮਣੇ ਲੈ ਕੇ ਆਵਾਂਗੇ ।

ਥੋੜਾ ਸਮਾਂ ਹੋਰ ਅਸੀਂ ਉਥੇ ਬੈਠਦੇ ਹਾਂ ਡਰਾਉਣੀਆਂ ਗੱਲਾਂ ਤਾਂ ਸੀ ਬਹੁਤ ਕਰ ਰਹੇ ਸੀ ਪਰ ਫਿਰ ਅਸੀਂ ਕੁਝ ਹਾਸੇ ਮਜਾਕ ਦੀਆਂ ਗੱਲਾਂ ਵੀ ਕਰਦੇ ਹਨ । ਕੁੱਝ ਗਲਾਂ ਕਰਕੇ ਅਸੀ ਆਪਣੇ - ਆਪਣੇ ਘਰ ਚੱਲੇ ਜਾਂਦੇ ਹਾਂ। ਘਰ ਜਾਂਦੇ ਸਮੇਂ ਬਹੁਤ ਰਾਤ ਹੋ ਗਈ ਸੀ ਤੇ ਹਨੇਰਾ ਵੀ ਬਹੁਤ ਸੀ। । ਅਸੀ ਆਰਾਮ ਨਾਲ ਆਪਣੇ ਆਪਣੇ ਘਰ ਚੱਲੇ ਜਾਂਦੇ ਹਾਂ ਸਾਨੂੰ ਕਿਸੇ ਤਰਾਂ ਦਾ ਕੋਈ ਡਰ ਮਹਿਸੂਸ ਨਾ ਹੋਇਆ ਤੇ ਨਾ ਹੀ ਕੋਈ ਘਬਰਾਹਟ । ਹੁਣ ਦੇਖਣਾ ਇਹ ਸੀ ਕਿ ਸਾਡੇ ਸਾਹਮਣੇ ਕਿਹੜੀਆਂ ਮੁਸ਼ਕਲਾਂ ਆਉਣਗੀਆਂ ....

www.ingramcontent.com/pod-product-compliance
Lightning Source LLC
LaVergne TN
LVHW091537070526
838199LV00002B/103
9789367833650